தீரும் ஒவ்வொன்றும் பெருங்கனவு

கதை: விஜித்தா கனகரட்ணம்

கதையாக்கம்: சஞ்சயன்

டிஸ்கவரி பப்ளிகேஷன்ஸ்
எண்: 9, பிளாட் எண்: 1080A, ரோஹிணி பிளாட்ஸ்
முனுசாமி சாலை, கே.கே.நகர் மேற்கு,
சென்னை – 600 078. பேச: 99404 46650

தினம் ஒவ்வொன்றும் பெருங்கனவு
விஜித்தா கனகரட்ணம்©

முதலாவது பதிப்பு: ஏப்ரல் - 2023

இரண்டாம் பதிப்பு: ஆகஸ்ட் - 2023
நூல்வடிவம்: tg., யாழ்ப்பாணம், இலங்கை.

Thinam Ovvondrum Perungkanavu
Vijitha Kanagaratnam©

First Edition: April 2023 - Second Edition: August - 2023
Layout: tg., Jaffna, Sri Lanka.

ISBN: 978-82-303-5945-7
Rs - 200

Publisher • Sales Rights

Discovery Publications
No. 9, Plot,1080-A,
Rohini Flats, Munusamy Salai,
K.K.Nagar West, Chennai - 78.
Tamilnadu, India.
Mobile: +91 99404 46650

Discovery Book Palace (P) Ltd
No. 1055-B, Munusamy Salai,
K.K.Nagar West,
Chennai-600 078.
Ph: (044) 4855 7525
Mobile: +91 87545 07070

discoverybookpalace@gmail.com
WWW.DISCOVERYBOOKPALACE.COM

இந்த நூலில் பிரசுரமாகியுள்ள எந்த ஒரு பகுதியையும் எழுத்துபூர்வமான முன்அனுமதி பெறாமல் எடுத்தாள்வதோ, மறுபிரசுரம் செய்வதோ, மொழியாக்கம் செய்வதோ, ஊடகங்களில் மறுபதிப்புச் செய்வதோ, காப்புரிமைச் சட்டப்படி தடை செய்யப்பட்டுள்ளது. இந்த நூலிலிருந்து சில பகுதிகளை மேற்கோள்காட்டி நூல்அறிமுகம் செய்யலாம்.

உங்கள் மொபைல் போனிலிருந்து ஸ்கேன் செய்து 'டிஸ்கவரி புக் பேலஸ்' மொபைல் ஆப்பை டவுன்லோடு செய்து, புத்தகங்களை வாங்குங்கள்.

முன்னுரை

வாழ்வின் சுவாரசியமே மறுகணத்தில் பரிசளிப்பதற்கு அது எதை வைத்திருக்கிறது என்பதை எவராலும் கணிக்க முடியாதிருப்பதே. சிறு புன்னகை, மகிழ்ச்சி, துக்கம், அழுகை, வலி, நோய் போன்றவற்றிலிருந்து மரணம்வரை எதையேனும் அது பரிசளிக்கக்கூடும். அது எதைப் பரிசளிக்கிறதோ அதை வாழ்ந்து தீர்ப்பதே வாழ்வாகிறது அல்லவா?

எனக்கும் அப்படித்தான். திடீரென்று வாழ்வு ஒரு பெருநோயைத் தந்தது. மரணத்தின் வாயில்வரை சென்று அதிலிருந்து மீண்டிருந்தாலும் இனியிருக்கும் காலம் முழுவதும் நான் அதன் தாக்கத்துடனேயே வாழவேண்டியிருக்கும் எனுமளவிற்கு அது தனது வீரியத்தினைக் காண்பித்திருக்கிறது.

தொடர்ச்சியான தலைவலியென்று எனது வைத்தியரிடம் சென்றபோது அவர் அசாதாரணமாக ஏதோ இருக்கிறது என்பதை உணர்ந்து வைத்தியசாலைக்கு அனுப்புகிறார். அதன் பின்னான ஓரிரு வாரங்களுக்குள் எனக்கு உடலில் நான்கு இடங்களில் புற்றுநோய் தாக்கியிருக்கிறது என்கிறார்கள். அதுவும் மோசமான முறையில். அதன்பின் என் வாழ்வு தலைகீழாக மாறிப்போனது.

எனது திட்டங்கள், தூரப்பயணங்கள், விடுமுறைகள், குடும்ப நிகழ்வுகள், தோழிகளுடனான சந்திப்புக்கள், விளையாட்டுக்கள், விழாக்கள், விளையாட்டுக் கழகத்தின் நிகழ்வுகள், நத்தார் பண்டிகை, வருடப் பிறப்பு, பொங்கல், தொழில் என சாதாரண வாழ்வில் இருக்கும் இன்னும் எத்தனையோ நிகழ்வுகள் அனைத்தையும் நிறுத்த வேண்டியேற்பட்டது.

வைத்தியசாலைக்கும் வீட்டுக்கும் அலைவதே வாழ்க்கையானது. நாளை காலை உயிருடன் இருப்பேனா அல்லது இன்னும் ஒரு வாரம், ஒருமாதம் இருப்பேனா என்று மனது அடித்துக்கொள்ளும். இந்த உலகில் மரண பயத்தைப் போன்று ஒருவரின் மனதை உருக்குலைக்கக்கூடியது வேறு எதுவுமில்லை.

சத்திர சிகிச்சையின்பின் புற்றுநோய்க்கான ஆறு சிகிச்சைகளும் என்னை முற்றிலும் அடித்துப்போட்டன. உடல் பலவீனமாகி ஒரு வார்த்தையேனும் பேசுவதற்குச் சக்தியற்றுக் கிடந்தேன். படுக்கையில் இருந்து எழுவதே பெரும் சாதனைபோன்று இருந்த நாட்கள் அவை.

காலத்தைப் போன்று அனைத்தையும் செப்பனிடக்கூடியது எதுவுமில்லை அல்லவா? ஒன்பது மாதங்களின் பின், ஒவ்வொரு நாளும் சிறிய சிறிய காலடிகளை வைத்து மெதுமெதுவாக மீண்டுகொண்டிருக்கிறேன்.

இது எனது மீளுயிர்ப்பு. நோயிலிருந்து நான் கற்றுக்கொண்டவை பல. பலருக்கும் கிடைக்காத இரண்டாவது சந்தர்ப்பமொன்று எனக்குக் கிடைத்திருக்கிறது. அதை இறுகப் பற்றிக்கொண்டிருக்கிறேன். பல மாதங்களின் பின் வாழ்வின் மீதான நம்பிக்கை மீண்டும் ஏற்படத் தொடங்கியிருக்கிறது.

தற்போது இந்த இரண்டாவது வாழ்விற்கான மீள உயிர்த்தெழும் காலத்தினுள் நடந்துகொண்டிருக்கிறேன். இந்தப் பாதையில் என்னுடன் எவரும் இணைந்து நடக்க முடியாது. நான் தனியாகத்தான் நடந்தாக வேண்டும். பெருநோய்களுக்கு உள்ளாகும் அனைவருக்கும் இது பொதுவானது.

அதேவேளை, நான் மீண்டும் ஒருபோதும் புற்றுநோய்க்கு முன்னான காலத்திலிருந்த விஜியாக மீளப்போவதில்லை என்பதை மனதார ஏற்றுக்கொள்ள வேண்டியிருக்கிறது. இது இலகுவல்ல. இயலாமையை ஏற்றுக்கொள்வதற்கு மிகுந்த மனத் திடம் வேண்டியிருக்கிறது. அதை முழுமையாக ஏற்றுக்கொள்ளாது புதிய வாழ்வினுள் நகர்ந்துவிடவே முடியாது.

நோயின் காரணமாக வாழ்வின் பெறுமதியை முன்பைவிட இப்போது நான் உணர்ந்துகொண்டிருக்கிறேன். பணம், புகழ், சொத்து, வீடு, வாகனங்கள், ஆடை ஆபரணங்கள், ஆயிரம் நண்பர்கள் என்பவையெல்லாம் அர்த்தமிழந்துபோன காலத்தைக் கடந்தபோது வாழ்விற்கு அர்த்தம் தருவது இரண்டு விடயங்கள் மட்டுமே என்பதைக் கண்டுகொண்டேன். முதலாவது, நோயற்ற வாழ்வு இரண்டாவது, என்மீது அன்பும் கரிசனமும் கொண்ட மனிதர்கள்.

எனக்குக் கிடைத்திருக்கும் இரண்டாவது வாழ்வில் இவையிரண்டுக்கு மட்டுமே முக்கியத்துவம் கொடுக்க வேண்டும் என உறுதிபூண்டிருக்கிறேன்.

சாதாரணமாகவே நான் உறுதியான பெண். நோயுற்றிருந்த காலத்திலிருந்து மீள்வதற்கு, இயற்கையாகவே அமைந்த இந்தக் குணம் முக்கிய காரணமாகியது என்றே நினைக்கிறேன். இருந்தாலும் நான் செல்ல வேண்டிய தூரம் அதிகமிருக்கிறது.

தற்போது எனது உடலில் புற்றுநோய்க் கலங்கள் இல்லையே தவிர, இனிவரும் காலங்களில் மீண்டும் புற்றுநோய் ஏற்படாது என்பதற்கு எந்தவித உத்தரவாதமும் இல்லை.

புற்றுநோய்க்கான சிகிச்சைகளின் தாக்கங்கள் பல ஆண்டுகளின் பின்பும் தொடரலாம். உடல் மிகவும் பலவீனமாக இருக்கிறது. உடலையும் உள நலத்தையும் நான் மீட்டெடுத்துக்கொள்ள வேண்டும்.

வாழ்ந்த சாதாரண வாழ்வினை மீண்டும் வாழ முடிந்தால் மகிழ்வேன். ஆனால் புற்றுநோயிலிருந்து மீண்ட மற்றையவர்களின் அனுபவங்கள் மீண்டும் சாதாரண வாழ்வினை வாழ முடியாது என்பதையே கற்றுத் தருகின்றன. எனது எதிர்பார்ப்புக்களைக் குறைத்துக்கொண்டு வாழப் பழகிக்கொள்ள வேண்டிய காலமும் என் முன்னிருக்கிறது.

நான் எதிர்பார்த்திராத வாழ்வு இது. முன்னைய வாழ்விலிருந்து முற்றிலும் மாறுபட்டது. இதற்குப் பழக்கப்படக் காலமெடுக்கும். அதற்கேற்றவாறு நான் என்னை மாற்றிக்கொள்ள வேண்டும். இத்தனையையும் கடந்துவிட்ட எனக்கு அந்தப் புதிய வாழ்வினை ஏற்றுக்கொள்வதில் சிரமமிருக்காது என்றே நம்புகிறேன்.

எதுவும் கடந்துபோகும் என்பதும் வாழ்விலிருந்து கற்றுக் கொண்டதுதான். இன்று புற்றுநோயிலிருந்து மீண்ட பின், காலத்தைப் பின்னோக்கிப் பார்க்கும்போது இந்த நோய் எனக்குப் புதிய பிறப்பினைத் தந்திருப்பதாய் உணர்கிறேன். வலிகள் நிறைந்த காலங்களை நாம் கடந்துகொண்டிருக்கும்போதுதான் வாழ்வினைத் தத்துவார்த்தமாகச் சிந்திக்கத் தொடங்குகிறோம் என்பதும் புரிய ஆரம்பிக்கிறது.

மனிதர்கள் மேற்கொள்ளும் யாத்திரைகள் ஒரு நோக்கத்தினைக் கொண்டிருக்குமல்லவா? அதேபோல், இனிவரும் காலத்தை ஒரு யாத்திரையாகவே எண்ணுகிறேன். நோயற்ற வாழ்வினை நான் வாழ வேண்டும். அது மட்டுமே இப்போது என் முன்னே இருக்கும் ஒரு சிந்தனை.

நோயை நான் தடுத்திருக்க முடியுமா?

நோர்வேயில் இத்தனை மருத்துவ வசதிகள் இருந்தும் நான் கவனயீனமாக இருந்தேனா என்ற கேள்வி எனக்குத் தோன்றியிருக்கிறது. இதை வாசிக்கும் நீங்களும் அவதானமாக இருக்க வேண்டும், மருத்துவ ஆலோசனைகளைக் கவனத்தில் கொள்ள வேண்டும்.

மார்பகப் புற்றுநோய்க்கான பரிசோதனைகளை அசட்டை செய்யாதீர்கள். இதனை ஆரம்ப காலத்திலேயே கண்டுபிடிப்பதற்குச் சில பரிசோதனைகள் உண்டு. அவற்றை நீங்களே செய்துகொள்ளலாம். இவைபற்றித் தெளிவான அறிவையும் விபரங்களையும் நாம் பெற்றிருப்பது அவசியம்.

அதே வேளை தற்போது ஐரோப்பிய நாடுகளில் புற்றுநோய்த் தடுப்பூசிகள் வழங்கப்படுகின்றன. பாடசாலையில் இவைபற்றிய விபரங்கள் வழங்கப்படுகின்றன. பெற்றோர் தயங்காது இவைபற்றி வைத்தியர்களுடன் உரையாடுவது அவசியம்.

Human Papillomavirus (HPV) என்னும் தடுப்பூசியைப் பதின்மவயதில் (ஏழாம் வகுப்பில்) உள்ள ஆண்களும் பெண்களும் நோர்வேயிலும் வேறு நாடுகளிலும் பெற்றுக்கொள்ளலாம். அது பின்வரும் புற்று நோய்களில் இருந்து பாதுகாப்பளிக்கிறது என்று அறியக்கிடைக்கிறது. *Human Papillomavirus (HPV)* ஆனது பாலுறவின் மூலமாகவும் பரவும் குணமுடையது.

- கருப்பைக் கழுத்துப் புற்றுநோய்
- ஆசனவாய்ப் புற்றுநோய் *(ஆண், பெண்)*
- வாய், தொண்டைப் புற்றுநோய் *(ஆண், பெண்)*
- ஆணுறுப்புப் புற்றுநோய்
- பெண்ணுறுப்புப் புற்றுநோய்

குழந்தைகளுக்கும் இவைபற்றி அறியத் தாருங்கள். இதுபற்றிய மருத்துவர்களின் ஆலோசனையைப் பெற்றுக்கொள்ளுங்கள்.

கருப்பைப் புற்றுநோய்க்குரிய பரிசோதனைகளை அடிக்கடி செய்வதுடன் மன அழுத்தத்தைக் குறைத்துக்கொள்ளுதல், தினசரி உடற்பயிற்சிகளைச் செய்தல், மரக்கறி, பழ வகைகளை அதிகளவு உண்ணுதல் என்பது புற்றுநோயை ஏற்படுத்தும் சந்தர்ப்பங்களைக் குறைக்கும் என்று அறிகிறேன்.

40, 50 வயதுகளின் பின் ஒரு வருடத்தில் இரண்டு, மூன்று முழுமையான மருத்துவப் பரிசோதனைகள், மாதாந்த இரத்தப் பரிசோதனைகள் போன்றவை புற்றுநோய் ஏற்பட்டிருப்பதை விரைவில் கண்டடைய உதவியாக இருக்கும். இதன் காரணமாக விரைவில் சிகிச்சையை மேற்கொள்ளும் சந்தர்ப்பமும் உண்டல்லவா?

நோய்க் காலத்தில் நோயை உறுதிசெய்யவும் பரிசோதனைகளின் முடிவுகளை அறியவும் சத்திர சிகிச்சைக்கும் அதற்குரிய சிகிச்சைகளுக்கும் வைத்தியருடனான சந்திப்புக்களுக்கும் என அனைத்திற்கும் காத்திருக்க வேண்டியிருந்தது. நோய் சுகப்பட்ட பின் இந்தக் காத்திருப்புகள் அகன்றுவிடும் என்று நினைத்திருந்தேன். ஆனால் இப்போதும் நான் எனது வழக்கமான வாழ்க்கைக்காகக் காத்திருக்கிறேன்.

நோயுற்றவர்களுக்கு ஒன்றைச் சொல்ல விரும்புகிறேன். வாழ்வில் உறுதியாகவும் நம்பிக்கையுடனும் இருக்க வேண்டிய காலம் நீங்கள் நோயுற்றிருக்கும் காலமே. அந்நாட்களில் உங்களுக்கு இரண்டு தெரிவுகள் மட்டுமே இருக்கும். முதலாவது, நோயில் இருந்து விடுபடுவதற்கு உங்களாலான அனைத்தையும் செய்வது. இரண்டாவது நோயிடம் தோற்பது.

இரண்டாவது ஒரு தெரிவே அல்ல. தரப்பட்ட வாழ்வை முழுவதுமாக வாழ்ந்து முடிக்க வேண்டும், நோயிலிருந்து நான் விடுபடுவேன், அதற்காக என்னாலான அனைத்தையும் செய்வேன் என உறுதிகொள்ள வேண்டும். மனவுறுதியை இழக்குமிடத்து எம்மையறியாமலே மருந்தினுடைய செயற்பாடுகளின் வீரியமும் குறையும் என்றே நான் நம்புகிறேன். மிகவும் மோசமான நிலையில் நான் இருந்த காலத்திலும் நம்பிக்கையையும் நோயிலிருந்து மீண்டுவிடுவேன் என்ற எண்ணத்தையும் இழக்கவில்லை. இன்று நான் மீண்டிருப்பதற்கு அதுவும் முக்கியக் காரணம்.

புற்றுநோயின் பின்னான காலத்தில் அதீதக் களைப்பு வாழ்வின் ஓர் அங்கமாக மாறிவிடும். நோய்க்கு முன்னான காலம்போன்று அனைத்தையும் ஓடி ஓடிச் செய்ய முடியாது. நோயின் பின்னான வாழ்வு அதற்கு முன்னைய வாழ்விலிருந்து முற்றிலும் மாறுபட்டது என்பதை நீங்கள் ஆத்மார்த்தமாக உணர்ந்துகொள்ள வேண்டும். அதை முழுமனதுடன் ஏற்றுக்கொள்ளவும் வேண்டும். உடலில் களைப்பு ஒரு பாறாங்கல்லைப் போல் அழுத்திக்கொண்டிருப்பதால்,

ஒரு காலடியை வைப்பதற்கும் பெரும் சக்தியை நீங்கள் உபயோகிக்க வேண்டியிருக்கும். உங்கள் செயற்பாடுகள் அனைத்திற்கும் இடையில் ஓய்வு அவசியம். ஓய்வு நேரத்தில் சக்தியைச் சேமித்துக்கொள்ளுங்கள். அத்துடன், எதையும் உடல் அனுமதிக்கும் வேகத்திலேயே செய்யப் பழகிக்கொள்ளுங்கள்.

உங்கள் உடலுக்குத் தேவையான நேரத்தினையும் ஓய்வையும் உங்களால் மட்டும்தான் உங்களுக்குக் கொடுத்துக்கொள்ள முடியும். தினசரி உங்கள் சக்திக்கு இயலுமான வகையில் ஒழுங்கமைக்கப்பட்ட ஒழுங்கில் வேலைகளைச் செய்யப் பழகிக்கொள்ளுங்கள்.

மீதமிருக்கும் வாழ்க்கையை நீங்கள் வாழவேண்டுமென்றால், அந்த வாழ்க்கைக்கு அவசியமான வகையில் உங்கள் உடலியக்கம் இருக்க வேண்டுமல்லவா? எனவே அதற்கு அவசியமானவற்றைச் தொடர்ச்சியாகச் செய்யுங்கள். எதற்கும் அவசரப்படாதீர்கள். நீங்கள் விரும்பும் அனைத்தையும் செய்வதற்குரிய சக்தி உங்களிடம் இருக்காது. இதனை ஏற்றுக்கொள்ள வேண்டும்.

இந்தக் காலத்தில் நீங்களும் உங்கள் உடலும் மீண்டெழுவற்கு நீங்கள் உதவிசெய்ய வேண்டும். தொடர்ச்சியான உடற்பயிற்சி இன்றியமையாதது. எதையும் மெது மெதுவாக ஆரம்பித்துத் தொடர்ச்சியாகச் செய்ய வேண்டும். நோயின் பின்னான காலத்தில் அவசியமான உதவிகளைப் பெறத் தயங்காதீர்கள். நோர்வேயில் மருத்துவத்துறை பலவிதமான உதவிகளைச் செய்கிறது. ஆலோசகர்கள், வழிகாட்டிகள், உடற்பயிற்சிக்கான இடங்கள், உளவளவாளருடனான உரையாடல்கள், அவசியமான மருத்துவ உதவிகள் என்று அனைத்துவிதமான வசதிகளையும் அரசு செய்து தருகிறது. தயங்காது அனைத்தையும் நீங்கள் பெற்றுக்கொள்ளலாம். அனைத்து மருத்துவச் சேவைகளும் இலவசமாகவே கிடைக்கின்றன.

இவற்றைவிட உங்களின் குடும்பத்தவர், சுற்றத்தவர், நண்பர்கள் என உங்களுக்கு நெருங்கியவர்களிடம் தினசரி வாழ்க்கையைக் சமாளிப்பதற்குரிய உதவிகளைக் கேட்டுப்பெறத் தயங்காதீர்கள். உடலின் சமிக்ஞைகளைக் கூர்ந்து அவதானியுங்கள். களைப்பு, அசதி போன்றவற்றை அலட்சியம் செய்யாது ஓய்வெடுக்கப் பழகிக்கொள்ளுங்கள். ஓய்வு மட்டுமே உங்கள் உடலுக்குச் சக்தியைத் தரும்.

புற்றுநோய்க்கு ஆளான ஒருவரின் குடும்பத்தவர்களே, உறவினர்களே, நண்பர்களே! அவருக்கு என்ன உதவி வேண்டும் என்று கேட்காது, உங்களால் இயன்ற சிறு உதவியையேனும் செய்து கொடுங்கள். சிலர் உதவி கேட்பதற்குச் சங்கடப்படுவார்கள், வெட்கப்படுவார்கள். எனவே, நாம் அவர்களுக்கான உதவிகளைச் செய்வது அவசியம்.

மனதுக்கு உற்சாகமும் ஊக்கமும் மகிழ்ச்சியும் தரும் மனிதர்களைப் பெற்றிருப்பது இக்காலத்தில் முக்கியம். சில மனிதர்களது அருகாமை உங்கள் சக்தியை விரயமாக்கலாம். அப்படியான சந்தர்ப்பங்களைத் தவிர்த்துக்கொள்வதும் அவசியம்.

எம்மையன்றி வேறு எவராலும் எமது உணர்வுகளையோ, உடல் அசதியையோ, களைப்புணர்வையோ புரிந்துகொள்ள முடியாது. இந்நாட்களில் 'இல்லை' எனவும் சொல்லப் பழகிக்கொள்ள வேண்டும். என்னால் முடியாது என்பதைத் தீர்க்கமாகவும் உறுதியாகவும் நாம் கூற வேண்டும்.

மீண்டும் புற்றுநோய் ஏற்பட்டுவிடும் என்ற பயத்தினை வென்றுவிட நான் இப்போதும் முயன்றுகொண்டிருக்கிறேன். இந்தப் பயம் நிழலைப் போன்று என்னைத் தொடர்ந்துவரப் போகிறது என்பதையும் புரிந்திருக்கிறேன். இனிவரும் காலங்களில் வைத்தியப் பரிசோதனைகளைச் செய்தாலும் உடலில் ஏற்படும் சிறிய மாற்றங்களையும் கூர்ந்து அவதானித்துக் கவனத்தில் கொள்ளுதல் அவசியமாக இருக்கிறது.

இந்தப் புற்றுநோய் என்னிடமிருந்து பழைய 'என்னை' எடுத்துவிட்டுப் புதியதொரு 'என்னை'த் தந்திருக்கிறது என்றே தோன்றுகிறது. இத்தனை கொடிய வாழ்வனுபவத்தின்பின் நான் எதையும் கடந்துவிடலாம் என்ற மனவுறுதியைப் பெற்றிருக்கிறேன். தினசரி வாழ்வில் நடைபெறும் சிறு சிறு வேதனைகள், தோல்விகள், வலிகள், துன்பங்களைப் பற்றி நான் இப்போது அலட்டிக்கொள்வதில்லை. வாழ்விற்கு அர்த்தம் தரும் விடயங்களையே மனது விரும்புகிறது. சிறு சிறு மகிழ்ச்சிகளால் ஒரு நாளை நிரப்பிக்கொள்கிறேன். என்னை நேசிக்கும் மனதுக்கு நெருங்கியவர்களின் அருகில் இருக்கவே விரும்புகிறேன்.

மனிதர்களுக்குச் சக மனிதர்கள் அவசியமல்லவா? அதிலும் நோயுற்றிருப்பவர்களுக்கு இன்னொரு மனிதரின் அன்பும் அரவணைப்பும் நெருக்கமும் இன்றியமையாதவை.

என்னால் மாற்றியமைக்க முடியாத விடயங்களை நான் அடையாளம் காணவேண்டும். அவற்றை ஏற்றுக்கொள்ளவும், என்னால் மாற்றியமைக்க இயலுமானவற்றை மாற்றியமைத்து எனது புதிய வாழ்வினை அமைத்துக்கொள்ளும் மனத்தினையும் நான் உருவாக்கிக்கொள்ள வேண்டும்.

மரணத்தின் இறுதிப் பிடியில் இருந்து மீளெழுந்து வந்திருக்கிறேன். எனக்குக் கிடைத்திருப்பது வாழ்வதற்கான இன்னுமொரு சந்தர்ப்பம். ஒவ்வொரு நாளும் பெருங் கனவாக இருக்கிறது. ஒரு வகையில் இதுவொரு மீளெழும் காலம்.

முன்னைய காலத்தைப் போன்று முதுகில் அனைத்தையும் காவித் திரிவதற்கான சக்தியோ, பலமோ இல்லை. நீண்ட தூரம் தனித்துப் பயணிக்க வேண்டியிருக்கிறது. எனவே, பெரும் அசதியைத் தரும் விடயங்களை நான் எனது பயணத்தில் இருந்து விலக்கிக்கொள்ள வேண்டும். அவசியமற்ற பாரங்களைச் சுமப்பது என்னைக் களைப்படைய வைக்கும்.

வாழ்வில் சேகரித்தவற்றைக் கைவிடுவதற்குப் பெரும் மனவுறுதி தேவைப்படும். காலகாலமாகச் சௌகரியமான வாழ்வை வாழ்ந்துவிட்டுத் திடீரென்று அசௌகரியத்துடன் வாழ வேண்டும் என்ற நிர்ப்பந்தம் ஏற்படும்போது அதைச் சந்திப்பது ஒன்றும் இலகுவானதல்ல.

இது ஒரு புதிய தொடக்கம். குழந்தை நடக்கப் பழகுவதுபோன்று நான் எனது புதிய வாழ்க்கையைத் தொடங்க வேண்டும். அதற்குக் காலம் எடுக்கும் என்பதையும் புரிந்துகொண்டிருக்கிறேன். வாழ்க்கை என்னும் பெருங் காடு என்முன் விரிந்து கிடக்கிறது. அங்கு புதிய பாதைகளை உருவாக்கிக்கொள்ள வேண்டும். அதற்கு என்னைப் பழக்கிக்கொள்ள வேண்டும். அங்குள்ள அனைத்துச் சிரமங்களையும் ஏற்றுக்கொண்டாலன்றி என்னால் அக்காட்டுக்குள் இருந்து வெளியேற முடியாது. ஒவ்வொருமுறை வீழும்போதும் எழுந்திருத்தலே வாழ்வாகிறது.

நான் ஏன் இந்த நூலை எழுத முன்வந்தேன் என்ற கேள்வி உங்களுக்கிருக்கலாம்.

ஒரு நாள், மகா அக்கா என்னிடம் "விஜி! உங்கட அனுபவத்தை எழுதுங்க. அது கனபேருக்கு உதவியா இருக்கும், அதோட அது

உங்களின் மனதுக்கும் ஆறுதலைத் தரும்” என்று உரையாடலை ஆரம்பித்தார். மகா அக்கா கேட்ட அக்கணமே மனதுக்குள் ஒரு புத்துணர்ச்சி ஏற்பட்டதுபோல் உணர்ந்ததால் “ஓம், எழுதுவோம்” என்றிருந்தேன்.

கடும் நோய்களைப்பற்றி பேச விரும்பாத சமூகம் எம்முடையது. புற்றுநோய் என்றால் மரணம் என்ற தப்பபிப்பிராயம் எம்மிடம் உண்டு. எனக்குத் தெரிந்த பலர் புற்றுநோயின் தாக்கத்திற்கு உட்பட்டபோது, வெளியுலகத்துடன் தொடர்புகளை நிறுத்தி நோய்பற்றிப் பேச அருவருப்புப்பட்டார்கள். அதை அவமானமாக நினைத்தார்கள். தத்தமது வீடுகளுக்குள், தங்களை ஆமையைப்போல் சுருக்கிக்கொண்டார்கள்.

நான் புற்றுநோய்த் தாக்கத்திற்கு உட்பட்டிருந்தபோது சில நோர்வேஜிய நூல்களை வாசிக்குமாறு கேட்டுக்கொள்ளப்பட்டேன். அவற்றில் இருந்து நான் கற்றதும் பெற்றதும் அதிகம். நோர்வேயின் புற்று நோயாளர்களின் சங்கம் அளப்பரிய சேவையாற்றி வருகிறது. அங்கு புற்றுநோயைக் கடந்தவர்களின் அனுபவங்கள் நூலாக்கப்பட்டிருக்கின்றன. அந்த நூல்கள் எனக்கு வாழ்வு மீதான நம்பிக்கையைத் தந்தன. நோர்வேயில் புற்றுநோய்த் தாக்கத்திற்கு உள்ளானவர்கள் அந்தச் சங்கத்தில் இணைந்துகொள்வதன் மூலம் பெரும் நன்மைகளைப் பெறலாம்.

நோர்வேஜியச் சமூகத்திலும் எம்மவர்களைப் போன்று நோய்பற்றிப் பேசாதவர்கள் உண்டு என அறிந்துகொண்டேன். எனக்கும் நோய், சிகிச்சை, பக்கவிளைவுகள், மருத்துவ வசதிகள் பற்றியெல்லாம் எதுவும் தெரியாதிருந்தது. உயிர்பற்றிய அச்சம் என்னைச் சூழ்ந்திருந்த காலம் அது.

அத்தனையையும் கடந்து சற்றேனும் நிமிரும்போது எனது அனுபவம் வேறு சிலருக்கும் உதவலாம் என்று தோன்றியது. அதுவே நான் இந்த நூலை எழுதக் காரணம்.

எனது நோய்க் காலத்தினைக் கடப்பதற்கு உதவிய எனது குழந்தைகள், குடும்பத்தவர்கள், உறவினர்கள், நண்பர்கள், எமது விளையாட்டுக் கழகத்தினர் அனைவரையும் நன்றியுடன் நினைத்துப் பார்க்கிறேன். அவர்கள் இல்லையேல் நான் மீண்டிருக்க முடியாது.

முக்கியமாக, மச்சாளான யாழினிக்கும், எனது அக்காவுக்கும், பாமினி அக்காவுக்கும் 'நன்றி' என்ற ஒரு வார்த்தை போதாது. வாழ்நாள் முழுவதும் அவர்களின் உதவியை நான் மறந்துவிட முடியாதளவுக்கு உதவியிருக்கிறார்கள்.

இந்த நூலை எழுதுவதற்குப் பலரது ஊக்கமும் அறிவுரைகளும் வழிகாட்டுதல்களும் கிடைத்தன. முக்கியமாக, இந்நூல் அவசியமாக வெளிவர வேண்டியது என்றும் பல மருத்துவ விடயங்களை உள்ளடக்க உதவிய புற்றுநோய்த் துறையில் நிபுணத்துவம் பெற்ற மருத்துவர் ரஞ்சன் கிரிசாந்தருக்கும், ஊக்கமும் அறிவுரைகளும் தந்துதவிய பாலசிங்கம் யோகராஜா (பாஸ்கரன்), பேராசிரியர் தயாளன் வேலாயுதபிள்ளை ஆகியோருக்கும் அன்பும் நன்றியும்.

மகா அக்காவும் நானும் 2022ஆம் ஆண்டு ஐப்பசி மாத இறுதியில் இந்த நூலினை எழுதித் தருமாறு சஞ்சயனைக் கேட்டபோது, அவர் சற்றேனும் தயங்காது "ஓம் எழுதுவோம்" என்றார்.

ஒரு நூலை எழுதுவது எப்படி என்று எதுவுமே தெரியாத என்னிடம் "உங்கட கதையைச் சொல்லுங்க" என்றபோது எதை, எப்படி, எந்தவகையில் சொல்வது என்று புரியாதிருந்தது. ஏறத்தாழ ஆறேழு மாலைப் பொழுதுகள் மகா அக்காவும் சஞ்சயனும் நானும் இருபத்தைந்து மணிநேரங்களுக்கு அதிகமாக உரையாடினோம். அவர் குறிப்புக்களை எடுத்தார். விடுத்து விடுத்துக் கதையின் பல பாகங்களில் இருந்த கிளைக் கதைகள், சம்பவங்கள், குறிப்புக்கள் ஆகியவற்றைக் கேட்டுக் குறித்துக்கொண்டார். நினைவுகள் கனத்து நான் உடைந்து அழுத பொழுதுகளில் இருவரும் என்னைத் தேற்றினர்.

இந்நூலின் மூலக் கதை என்னுடையதாக இருந்தாலும் கதைக்கு வார்த்தைகளின் ஊடாக இரத்தமும் சதையும் கொடுத்து உயிரூட்டி அனைவரின் மனதையும் தொடும்வகையில் எழுதித் தந்த சஞ்சயனுக்கு மனம் கனிந்த நன்றி.

இந்தநூலின் முதல் வடிவத்தினை அக்கா, அத்தான், யாழினி, யோகராஜா பாஸ்கரன், தயாளன் வேலாயுதப்பிள்ளை, சுகிர்தா ஜெய்கரன், சிவதாஸ் சிவபாலசிங்கம், சாந்தக்கண்ணா, கோணேஸ் ஆகியோருடன் பகிர்ந்து அவர்களின் கருத்துக்களை செம்மைப்படுத்தலுக்கான ஆலோசனைகளைப் பெற்றுக்கொண்டாம்.

எனது தந்தையார் முதன்முதலாக இதனை வாசித்தபோது அழுதார். முதலாவது பிரதியை வாசித்தபோது நானும் அழுதிருந்தேன். இதற்கான பெருமையும் சஞ்சயனுக்கானது.

இந்த நூலை வெளியிடும் டிஸ்கவரி புக் பேலஸ் பதிப்பகத்தினரையும் இக்கணத்தில் நன்றியுடன் நினைத்துக்கொள்கிறேன்.

விஜித்தா கனகரட்ணம்
29.பங்குனி.2023

என்னைப்பற்றிய சிறு அறிமுகம்

இந்த நூல் பெருநோயிலிருந்து மீண்ட எனது அனுபவங்களைப் பேசுகிறது. முதலில் நான் யார் என்பதைக் குறிப்பிடுவது என்னை நீங்கள் புரிந்துகொள்வதற்கு இலகுவாக இருக்கலாம்.

எனது பெயர் விஜித்தா கனகரட்ணம். யாழ்ப்பாணத்திற்கு அருகிலுள்ள அரியாலை கிராமத்தில் 1969ஆம் ஆண்டு பிறந்தேன். எனக்கு சசி என்று ஒரு அக்காவும், பாலேந்திரன் என்றொரு தம்பியும் இருக்கிறார்கள். இன்னொரு தம்பி பால்யத்திலேயே காலமாகிவிட்டார்.

எனது பால்யக் காலம் முழுவதும் யாழ்ப்பாணத்திலேயே கழிந்தது. 1980களின் இறுதிப் பகுதியில் அக்கா திருமணமாகி ஏற்கெனவே நோர்வேக்குக் குடிபெயர்ந்திருந்தார். தம்பியும் நோர்வேயில் வாழ்கிறார்.

எனக்கும் நோர்வேயில்1994இல் திருமணம் நடைபெற்றது. எமக்கு 1995இல் மகனும் 2000ஆம் ஆண்டில் மகளும் பிறந்தனர்.

நான் பால்யத்திலேயே துணிந்த மனநிலையைக் கொண்டவள். ஓய்வற்று ஏதோவொரு செயற்பாட்டில் ஈடுபட்டுக்கொண்டிருப்பேன். விளையாட்டில் மிகுந்த ஆர்வம் உண்டு. பாடசாலையின் வலைப்பந்து அணியில் விளையாடியிருக்கிறேன். அத்தோடு பாடசாலையின் விளையாட்டுப் பிரிவின் தலைவியாகவும் நியமிக்கப்பட்டிருந்தேன். நோர்வே வந்த பின்பும் இப்போது வரையிலும் வலைப்பந்து விளையாடுவதுண்டு. சாதாரணமாகவே கலகலப்பாகப் பழகும் குணமும் நகைச்சுவையுணர்வும் கொண்டிருந்தேன்.

நோர்வேக்குப் புலம்பெயர்ந்த பின், சுகாதாரத் துறையில் முதுமக்களைப் பராமரிக்கும் துறையில் தேர்ச்சிபெற்று முதுமக்கள் மனையொன்றில் இருபது வருடங்களுக்கு அதிகமாகப் பணியாற்றிவருகிறேன்.

நோர்வேயில் ஒஸ்லோ நகரத்திலேயே எனது வாழ்வு கழிந்திருக்கிறது. இந்த 29 ஆண்டுகளிலும் நான் பலருடன் அறிமுகமாகியிருக்கிறேன்.

தவிர, எமது ஊரான அரியாலையைச் சேர்ந்தவர்கள் பலர் இங்கு வாழ்கிறார்கள். அவர்களுடனும் நெருங்கிய தொடர்புண்டு. எனது நட்புவட்டம் மிகவும் பெரியது.

நான் வாழும் பகுதில் உள்ள தமிழர்களின் விளையாட்டு அணியாகிய ஸ்ரோவ்னர் தமிழர் விளையாட்டுக் கழகத்தில் இருபது ஆண்டுகளுக்கு மேலாக அங்கத்தவராகவும் சில ஆண்டுகள் நிர்வாகத்திலும் இயங்கிவருவதால், இக்கழகமும் அதன் நடவடிக்கைகளும் எனது வாழ்வின் முக்கிய அங்கங்களாகவே இருந்து வந்திருக்கின்றன.

எனது மகன் வளர்ந்துவிட்டார். தனியே தனது குடும்பத்துடன் வாழ்ந்து வருபவர். மகள் வேற்று நகரத்திலுள்ள பொலிஸ் கல்லூரியில் கற்றுக்கொண்டிருக்கிறாள்.

எனது வாழ்வு மகிழ்ச்சியாகவும் கவலைகளின்றியும் கடந்துகொண்டிருந்த எனது 51 வயதில் திடீரென்று நான் புற்றுநோய்த் தாக்கத்திற்கு உள்ளானேன்.

அத்தியாயம்
01

புலம்பெயர்ந்த வாழ்வில் மனதை அலைக்கழிப்பவற்றில் முதன்மையானது ஊரில் வாழும் பெற்றோர்கள்பற்றிய உணர்வுகளே. பெற்று வளர்த்து வாழ்வின் பெரும்பகுதியை அவர்களுடன் கடந்தபின், புலம்பெயர்ந்து வாழும்போது, எமக்கிடையிலான இடைவெளி நாமறியாமலே நீள்கிறது. அப்போது, அவர்கள் பெற்றோர்கள் தம் வாழ்வின் அந்திமக் காலங்களுக்குள் நுழைக்கப்பட்டுவிடுகிறார்கள். குழந்தைகளின் அருகாமையையும் ஆதரவையும் அதிகமாக எதிர்பார்க்கும் காலம் அது. வருடத்தில் ஒருமுறை, இருவாரங்கள் என அவர்களிடம் சென்றுவருவதால், எமக்கிடையில் ஏற்படும் இடைவெளியை ஒருபோதும் நிரப்பிக்கொள்ள முடிவதேயில்லை.

இப்படித்தான் நானும் எனது பெற்றோர்களும். அவர்களுக்கு மூன்று குழந்தைகள் இருந்தாலும், அவர்களுக்கு அருகில் எவரும் இல்லை. அம்மாவும் அப்பாவும் ஊரிலும் நாங்கள் மூவரும் நோர்வேயிலும் எனக் கடந்த முப்பது வருடங்களாக வாழ்ந்துகொண்டிருக்கிறோம்.

2021ஆம் ஆண்டில் கோவிட் 19 தொற்று உலகையே உலுக்கியெடுத்துக்கொண்டிருந்தது. ஒரு நாட்டில் இருந்து இன்னொரு நாட்டிற்குச் செல்வதற்குப் பல கட்டுப்பாடுகள் விதிக்கப்பட்டிருந்தன. அம்மாவையும் அப்பாவையும் சந்தித்து ஓராண்டுக்கு மேலாகியிருந்த காலத்தில், ஒருநாள் அம்மாவுக்குச் சுகயீனம் என்றும் அப்பாவுக்குச் சத்திர சிகிச்சை செய்ய வேண்டும் என்றும் ஊரில் இருந்து வந்த தொலைபேசி அழைப்பின் ஊடாக அறிந்துகொண்டோம்.

பெற்றோருக்கு அவசியமான பொழுதில் அருகே இல்லாதிருக்கிறோமே என்ற குற்ற உணர்ச்சியுடன், கட்டுப்பாடுகள் தளர்த்தப்படும் என்று எதிர்பார்த்திருந்தோம். ஏறத்தாழ ஒரு மாதத்தின் பின், கட்டுப்பாடுகள் எதுவும் தளர்த்தப்படாத நிலையில் அக்காவும் நானும் புறப்பட்டுச் செல்வதாகத் தீர்மானித்து, இலங்கைக்குச் சென்றபோது, நாம் சிலநாட்கள் நோய்த் தடுப்பு முகாமில் தங்கவேண்டியிருந்தது. இலங்கையின் வெப்பமான காலநிலை உடனடியாக உடலுக்கு ஒவ்வாமையைத் தந்ததால், தொடர் தலைவலியாலும் உடல் அசதியினாலும் அவதிப்பட்டேன்.

நோர்வேயிலும் நான் தொடர் தலைவலிக்கு அடிக்கடி ஆளாவதுண்டு. அந்நேரங்களில் உபயோகிப்பதற்கென்றே சில மாத்திரைகளை மருத்துவர் தந்திருந்தார். அவற்றினால் இந்தத் தலைவலியைக் கட்டுப்படுத்த முடியவில்லை. ஓரிரு நாட்கள் நான் மிகவும் அவதிப்பட நேர்ந்தது. அக்கா உடனிருந்து கவனித்துக்கொண்டார். ஏறத்தாழ இயங்க முடியாத நிலை.

நாம் நோர்வேயில் இருந்து பயணித்தபோது நண்பி ஒருவரின் தங்கையும் எம்முடன் வந்திருந்தார். ஒருநாள், மூவருமாக எனது உடல்நிலைபற்றி உரையாடிக்கொண்டிருந்தோம். நான் தலைவலியால் மிகவும் அவதிப்படுகிறேன் என்றபோது, தானும் இப்படியான நோய்க்கு ஆளாகி இருப்பதாகவும் தனது மருத்துவர் தந்த மருந்துகள் பெரும் உதவியாக இருப்பதாகவும், விரும்பினால் என்னையும் அவரது மாத்திரைகளை உபயோகித்துப் பார்க்குமாறும் கூறினார்.

தலைவலி நின்றால் போதும் என்ற நிலையில் நானிருந்தேன். அவரது மருந்துகளை வாங்கி உபயோகித்தேன். சில மணிநேரங்களிலேயே, எனக்குத் தலைவலி குறைவது போன்ற உணர்வு ஏற்பட்டு மனதும் சற்று உற்சாகமாகியது.

நோய்த் தடுப்பு முகாமில் இருந்து யாழ்ப்பாணம் வந்தபோது, அப்பா வைத்தியசாலையில் அனுமதிக்கப்பட்டிருந்தார். பல காலத்தின் பின் நாங்கள் சந்தித்திருந்தோம். எனக்கும் மகிழ்ச்சியாக இருந்தது. அடுத்தடுத்த நாட்களிலிருந்து பெற்றோருக்கான மருத்துவ உதவிகளைச் செய்துகொண்டிருந்தோம்.

அக்காவும் நானும் ஊருக்கு வந்திருப்பதை அறிந்த உறவினர்கள், நண்பர்கள், பால்யத் தோழிகள் வந்து போய்க்கொண்டிருந்தார்கள். ஊருக்கு வந்துவிட்டால் ஏற்படும் மகிழ்ச்சியான மனநிலையில் நானிருந்தேன். நாட்கள் ஓடின.

நாங்கள் வந்து சில நாட்கள் கடந்திருந்தன. நான் தினமும் குறைந்தது ஒரு மணிநேரம் உடற்பயிற்சி செய்தேன். அக்காவும் அம்மாவும் மனதுக்குப் பிடித்தமான உணவுகளைச் சமைத்துத் தந்தார்கள். நாட்கள் மகிழ்ச்சியாகக் கழிந்தன.

அக்காவும் நானும் பெற்றோரின் வீட்டில் தங்கியிருப்பதே வழக்கம். நாம் பிறந்து வளர்ந்த வீடு அது. ஒருநாள் பின்மாலைப் பொழுதில் பெற்றோருடன் உரையாடிக்கொண்டிருந்துபோது வயிறு வலித்தது. மாதவிடாய்க்கான நாட்கள் அவை. நான் அதிகம் அலட்டிக்கொள்ளவில்லை. அன்றிரவு அருகில் படுத்திருந்த அக்கா, என்னை நித்திரையில் இருந்து எழுப்பினார். கட்டில் இரத்தத்தில் தொப்பலாக நனைந்திருந்தது.

"என்னது நீ சின்னப் பிள்ளையா இப்பவும்? இப்படி இரத்தம் வந்திருக்கிறது. கவனிக்காமல் படுத்திருக்கிறாய்" என்றார் சினத்துடன்.

அக்கா எப்போதும் என்னை அம்மாவின் கண்டிப்புடன் நடத்துவதால், அவரின் கோபத்தைப் புரிந்துகொண்டேன். எவ்வாறு இவ்வளவு இரத்தம் வெளியேறியது என்றும் எனக்குப் புரிவில்லை. நான் குளித்து உடைமாற்றி வருவதற்குள் அக்கா கட்டில் விரிப்புக்களை மாற்றியிருந்தார்.

மறுநாளும் இப்படியே நடந்தது. அன்று அக்கா அதிகம் திட்டவில்லை. ஆச்சரியமாக இருந்தது. அன்றும் நான் குளித்துவிட்டு வரும்போது, விரிப்புக்களை மாற்றிக் கட்டிலைத் தயார்ப்படுத்தியிருந்தார்.

நான் அயர்ச்சியில் கட்டிலில் படுத்துக்கொண்டேன். அக்கா சமையலறைக்குச் சென்று எனக்குத் தேநீர் தயாரித்து எடுத்துவந்து தந்தபின், அருகில் உட்கார்ந்துகொண்டார்.

"நான் நினைக்கிறேன் உனக்கு மென்சஸ் நிற்கப்போகுது, அதுதான் இப்படி இரத்தம் வருது. இதுக்குப் பயப்படாத. இப்படித்தான் உன்ர வயசில இருக்கிற ஆக்களுக்கு வாறது."

எதையும் பெரிதாக எடுத்துக்கொள்ளாது வழக்கம்போல் "அது வந்துட்டுப்போகட்டும்" என்று கூறிவிட்டுத் திரும்பிப் படுத்தேன். சற்று நேரத்தில் மறுபக்கத்தில் படுத்திருந்த அக்காவின் சீரான மூச்சொலியில் அவர் உறங்கிவிட்டார் என்பது புரிந்தது.

தொடர்ந்தும் அடுத்தடுத்து நான்கு நாட்கள் இரத்தப் போக்கு தொடர்ந்துகொண்டிருந்தது.

காலம் எனது வாழ்க்கையைத் தலைகீழாகப் புரட்டிப்போடுவதற்கு முன்பாகச் சற்று மகிழ்ச்சியான நினைவுகளைத் தந்திருக்கிறது என்று அன்று எனக்குப் புரியவில்லை.

28ஆம் திகதி ஐப்பசி மாதம் காலையில் யாழ்ப்பாணத்திலிருந்து நோர்வேக்குப் புறப்பட்டபோது அப்பாவைப் பிரிவது இலகுவாக இருக்கவில்லை. அம்மாவும் பலவீனமாகியிருந்தார். "அடுத்த முறை நீ வரேக்க நான் இருப்பனோ?" என்று எல்லாப் பெற்றோரும் சொல்லும் வார்த்தையையே அவரும் சொல்லிக்கொண்டிருந்தார். "சும்மாயிரணை..." என்று அவரை உறுக்கினேன். மூக்கைச் சிந்தியபடி அமைதியானார். எனது மனதுக்கு நெருக்கமான கோயில்களுக்குச் சென்று தேங்காய் உடைத்த பின்னரே நான் ஊரிலிருந்து புறப்படுவது வழக்கம். இம்முறை இரத்தப்போக்கின் காரணமாகக் கோயில்களுக்கு உள்ளே செல்ல முடியாதிருந்தது.

யாழ்ப்பாணத்தில் இருந்து கொழும்புக்கு வருவதற்கு, என் தம்பிக்கு மிகவும் பழக்கமான 'ரவி'யின் வாகனத்தை அவன் ஒழுங்கு செய்திருந்தான். வாகனத்தின் இருக்கைகளில் இரத்தம் பட்டுவிடக் கூடாது என்பதில் மிகவும் அவதானமாக இருந்தேன். அதற்கென விசேடமான விரிப்புகளை வாங்கி விரித்துக்கொண்டோம். எதிர்பார்த்ததைவிடக் கொழும்புப் பயணத்திலும் விமானப் பயணத்திலும் இரத்தப் போக்கு குறைவாகவே இருந்தது. குழந்தைகளையும் நண்பர்களையும் சந்திக்கும் மகிழ்ச்சியில் இரத்தப் போக்கு சிந்தனையிலிருந்து அகன்று போயிற்று.

நோர்வேக்கு வந்தபின் இரத்தப் போக்கு நின்றுபோனது. நானும் எனது வழக்கமான நாளாந்த வேலைகளுக்குள் மனதைச் செலுத்தத் தொடங்கியிருந்தேன்.

•

அத்தியாயம்
02

இலங்கையில் இருந்து வந்து, இரண்டு வாரங்களுக்குப் பின் மீண்டும் தொடர் தலைவலி ஆரம்பித்தபோதுதான், நோர்வே நண்பி இலங்கையில் வைத்துத் தந்த மாத்திரை நினைவுக்கு வந்தது.

சாதாரணமாக எனக்குரிய மாத்திரைகள் முடிவடைந்ததும், மருத்துவ நிலையத்திற்குத் தொலைபேசியிலோ மருத்துவ இணையத் தளத்தின் ஊடாகவோ அறிவித்தால், அவர்கள் அவற்றிற்கான உத்தரவுப் படிவத்தை மருந்தகத்திற்கு அனுப்புவார்கள். மருந்தகத்தில் நான் மருந்துகளைப் பெற்றுக்கொள்ளலாம். ஆனால், இம்முறை எனக்குத் தேவையானது புதிய மாத்திரை என்பதால் மருத்துவரிடம் செல்ல வேண்டியிருந்தது.

அனுமதி நேரத்தினை மருத்துவரிடம் இருந்து பெற்றுக்கொண்டேன். அன்று வெள்ளிக்கிழமை, மகள் மஞ்சரி வீட்டுக்கு வந்திருந்தாள். அவள் பொலிஸ் கல்லூரியில் இரண்டாம் ஆண்டு மேற்கல்வி கற்றுக்கொண்டிருப்பவள். அவளுக்கு அதிகம் பிடிக்காத மரக்கறியுணவு தயாரித்துக் கொடுத்துவிட்டு, மதியம்போல் மருத்துவ ஆலோசனை மையத்திற்குப் புறப்பட்டேன்.

இலையுதிர் காலம், இலைகள் மஞ்சள், சிவப்பு நிறங்களுக்கு மாறிக்கொண்டிருந்தன. சில மரங்களில் இலைகள் உதிரத் தொடங்கியிருந்தன. முகில்களற்ற வானமும், வெப்பம் குறைந்த சூரியனின் சூடும் மனதுக்கு இதமாயிருக்க எனக்கு மிகவும் பிடித்தமான பாடல்களைக் கேட்டபடி வாகனத்தைச் செலுத்திக்கொண்டிருந்தேன்.

மருத்துவ நிலையத்தில் எனது வரவைப் பதிந்துவிட்டுக் காத்திருக்க வேண்டியிருந்தது. நேரம் மதியம் இரண்டு மணியை நெருங்கியபோது மருத்துவர் வந்து அழைத்துப்போனார்.

"விஜி, எப்படி இருக்கிறாய்? உன்னைக் கண்டு பல காலமாகிவிட்டதே. குழந்தைகள், குடும்பம் எப்படி?"

அவர் அப்படித்தான். குடும்பம்பற்றி அறிந்த பின்பே நோய்பற்றி விசாரிப்பார். அவருக்குப் பதில் சொன்னபின், இலங்கையில் நண்பி தந்த மருந்தைக் காண்பித்தேன். நான் மிகவும் களைப்புற்றிருப்பதையும், சோர்வாக உணர்வதையும் சொன்னபோது, உடனடியாக உடலில் நோய்த்தொற்றுக்கான இரத்தப் பரிசோதனையைச் செய்தார். பெறுபேறுகள் பாதகமாக இருந்ததால், இரண்டுவிதமான நுண்ணுயிர் எதிர்ப்பி (Antibiotics) மருந்துகளைத் தந்து, திங்கட் கிழமை கட்டாயம் வர வேண்டும் என்று உத்தரவிட்டார்.

வெள்ளிக்கிழமைகளில் எனக்கு உற்சாகம் தொற்றிக்கொள்ளும். மாலையில் நண்பிகளைச் சந்திக்கலாம், கடைகளுக்குச் செல்லலாம், உடற்பயிற்சி செய்யலாம், ஓய்வெடுக்கலாம் என்று இரண்டு நாட்களைக் கழிக்கலாம் அல்லவா? வெளிநாட்டு வாழ்வின் அயர்ச்சியை இவ்வாறான சிறு சிறு மகிழ்ச்சிகளால் பல ஆண்டுகளாகக் கடந்துகொண்டிருந்தேன்.

அன்று மாலை தோழியொருவரின் வீட்டில் விருந்துக்கு அழைக்கப்பட்டிருந்தேன். இலங்கையில் இருந்து வாங்கிவந்த உடைகளைத் தோழிகளிடம் காண்பிப்பது வழமை. எனவே, அவற்றை எடுத்துச் சென்று காண்பித்து, மாலை நெடுநேரம்வரை உரையாடிச் சிரித்து மகிழ்ந்துகொண்டிருந்தேன். நண்பிகளுக்கும் இன்று மருத்துவர் சொன்னவற்றைச் சொன்னேன். "மறக்காமல் திங்கட்கிழமை போக வேணும்" என்றார்கள்.

அன்று ஞாயிற்றுக்கிழமை வீட்டைச் சுத்தப்படுத்தி, பயணப் பொதிகளை அடுக்கி ஒழுங்கு பண்ணிவிட்டுப் பல நாட்களின் பின் மனதுக்குப் பிடித்த உணவுகளைத் தயாரித்துக்கொண்டிருந்தேன்.

•

அத்தியாயம்
03

2021ஆம் ஆண்டின் கார்த்திகை மாதத்தின் நடுப்பகுதியில் ஒரு திங்கள் காலையிலேயே மருத்துவரிடம் செல்வதற்காக வேலைத் தலத்தில் முன்னனுமதி பெற்றிருந்தேன். மதியம்போல் மருத்துவரைச் சந்தித்தபோது, வெள்ளிக்கிழமை செய்த அதே பரிசோதனையை மீண்டும் செய்தார். உடலில் நோய்த்தொற்று வீதம் குறையாதிருந்ததைக் கண்டு, "விஜி, உனது உடலில் என்ன நடக்கிறது?" என்று அவர் கேட்டார்.

இலங்கை சென்றிருந்ததையும் அங்கு தங்கியிருந்தபோது ஏற்பட்ட அதீத இரத்தப் போக்கையும் உடற்சோர்வைப் பற்றியும் சொன்னேன்.

சற்றே சிந்தித்தவர் உடனடியாகத் தொலைபேசியில் யாருடனோ உரையாடினார். அடுத்தநாளே சிறப்பு மகப்பேற்று மருத்துவரிடம் போகுமாறு என்னைப் பணித்தார்.

"எனக்கு இப்போதைக்கு நேரமில்லை, நத்தார்க் கொண்டாட்டம் வருகிறது. வீட்டில் ஆயிரம் வேலைகள் உண்டு. திரைச்சீலைகள் மாற்ற வேண்டும். எமது கழகத்தின் நத்தார் விருந்து உண்டு. அதற்குரிய வேலைகள் இருக்கின்றன. மகள் விடுமுறையில் வந்திருக்கிறாள், இதைவிடப் பல வேலைகள் இருக்கின்றன. தைமாதத்தில் மகப்பேற்று மருத்துவருடனான சந்திப்பிற்கு ஒழுங்குசெய்யுங்கள்."

"இல்லை, நாளை கட்டாயம் நீ செல்ல வேண்டும்" என்ற அவரது குரலில் கடுமை கலந்திருந்தது. ஏறத்தாழ ஒருவருடத்தின் பின் அவரது

கடுமையான அந்த உத்தரவே என்னை உயிருடன் வைத்திருக்கிறது என்பதை உணர்கிறேன். அந்த மருத்துவரும் அந்த நாளும் மறக்க முடியாதவை.

மார்கழி மாதத்தின் நடுப்பகுதியில் எனக்கிருக்கும் வேலைப் பளுக்களைப் புரியாது, அவசர அவரசமாக மகப்பேற்று மருத்துவரிடம் அனுப்பும் அவர்மீது எரிச்சல் வந்தது. 'எனக்கு இருபது வயது கடந்த இரண்டு குழந்தைகள் இருக்கிறார்கள். இந்த வயதில் என்ன மண்ணாங்கட்டிக்கு நான் மகப்பேற்று மருத்துவரிடம் செல்ல வேண்டும்?' என்று மனதுக்குள் எரிந்துகொண்டிருந்தேன்.

மகப்பேற்று மருத்துவரைச் சந்திப்பதற்கு மதியம் இரண்டு மணிக்கு நேரம் தரப்பட்டிருந்தது. வாகனத்தை நிறுத்திவிட்டு, அவரது அலுவலகத்தினுள் சென்று, எனது வருகையை வரவேற்பாளினிக்கு அறிவித்துவிட்டுக் காத்திருந்தேன்.

இரண்டு மணிக்கு என்று தீர்மானிக்கப்பட்டிருந்த நேரம் இரண்டரையைக் மணியைக் கடந்துகொண்டிருந்தது. இதுவரை நான் உள்ளே அழைக்கப்படவில்லை. எனக்கு எப்போதும் நேரம் தவறாமை முக்கியம். இப்போதே அரை மணிநேரம் தாமதமாகிவிட்டது. இதனால் எனது இன்றைய மாலை நேரத்து ஒழுங்கு குழம்பப் போகிறது என்று அவதிப்பட்டுக்கொண்டிருக்கும்போது, "மருத்துவர் ஓர் அவசரமான நோயாளியைப் பார்க்கிறார். சற்றுப் பொறுங்கள். சிரமத்துக்கு வருந்துகிறோம்" என்றார் வரவேற்பறையில் இருந்த உதவியாளர்.

நேரம் கடந்துகொண்டிருந்தது. நான் பொறுமையிழந்திருந்த பொழுதில் ஏறத்தாழ ஒரு மணிநேரத்தின் பின் உள்ளே அழைக்கப்பட்டேன். காத்திருந்ததாலும் உடல் அலுப்பினாலும் மனம் எரிச்சலுற்றிருந்தது.

மருத்துவர் தனக்கு என்னைப்பற்றி அனுப்பப்பட்டிருந்த குறிப்பைப் பார்வையிட்ட பின் என்னை மகப்பேற்றுப் பரிசோதனைக்கான இருக்கையில் முழங்கால்களை மடித்து, காலை அகட்டி விரித்து உட்காரச் சொன்னார். என்னைப் படுக்கவைத்து வயிற்றுப்பகுதியைப் பரிசோதித்தபடியே தொப்புளை ஒரு விரலால் அழுத்தியபடியே "வலிக்கிறதா? வலிக்கிறதா?" என்று கேட்டுக்கொண்டிருந்தார்.

எனக்கு வலிக்கவில்லை. எனவே "இல்லை... இல்லை..." என்று சொல்லிக்கொண்டிருந்தேன். திடீரென்று அவர் தனது விரலைத்

தொப்புள் பகுதியிலிருந்து எடுத்தார். நான் வலியினால் கத்தியபடியே துள்ளி எழுந்து உட்கார்ந்தேன். அவர் தனது கையுறைகளைக் கழற்றி எறிந்துவிட்டு, நாற்காலியில் உட்கார்ந்து தொலைபேசியை எடுத்தார்.

எனது மாவட்டத்திற்கான வைத்தியசாலையுடனேயே அவர் தொடர்புகொண்டார் என்று பின்பு அறிந்தேன். வைத்தியசாலையுடனான சிறு உரையாடலின்பின், என்னை நாளை 'ஆகூஸ்' (Ahus) என்னும் பிரபல்யமான வைத்தியசாலைக்குச் சென்று மகப்பேற்று மருத்துவரைச் சந்திக்குமாறு கட்டளையிட்டார்.

"அங்கு வைத்தியரைச் சந்திப்பதற்கான கடிதம் இல்லையெனில் எவரையும் உள்ளே நுழைய விடமாட்டார்களே" என்றேன்.

"எல்லாம் ஒழுங்கு செய்திருக்கிறேன். வரவேற்பறையில் உனது விபரங்களைச் சொன்னால் உள்ளே விடுவார்கள்."

வீடுவந்தபின் அக்காவுடன் தொலைபேசினேன். "எதற்கும் சிறுநீர்ப் பரிசோதனையைச் செய்வற்கும் தயாராகப் போ. அவர்கள் அதையும் பரிசோதித்துப் பார்க்கலாம்" என்றார்.

அத்தியாயம்
04

காலையில் வேலைத் தலத்திற்குத் தொலைபேசி மூலமாக, மருத்துவரிடம் செல்ல வேண்டும் என்பதால் வேலைக்குப் பிந்தியே வருவேன் என்று அறிவித்தபின் 'ஆகூஸ்' வைத்தியசாலைக்குச் சென்று வாகனத் தரிப்பிடத்தில் வாகனத்தை நிறுத்தியபோது நேரம் காலை 08.45. அருகிருந்த கடையில் பாண், பணிஸ், பீட்சா, யோகட், பழங்கள் என்று பலவிதமான உணவு வகைகள் இருந்தன. ஏன் இப்படியான இடத்தில் இவ்வகையான கடைகள் இருக்கின்றன என்று நினைத்தபடியே நடந்துகொண்டிருந்தேன்.

வரவேற்பறையில் எனது வரவைப் பதிவுசெய்துவிட்டுக் காத்திருந்தபோது, வெள்ளை உடையணிந்த பெண் மருத்துவர் ஒருவர் வந்து என்னை அழைத்துப்போனார். பரஸ்பரம் அறிமுகம் செய்துகொண்டோம். அங்கு இன்னொரு மருத்துவரும் உதவியாளரும் இருந்தனர்.

அவரும் என்னை மகப்பேற்றுப் பரிசோதனைக்கான இருக்கையில், இருத்திக் கர்ப்பப் பையினுள் வீடியோக் கருவியொன்றினைச் செலுத்திப் பரிசோதித்துக்கொண்டிருந்தார். மருத்துவ உலகின் தொழில்நுட்ப வளர்ச்சியை வியந்தபடி நான் திரையைப் பார்த்துக்கொண்டிருந்தேன். தன் கர்ப்பப் பையைத் தானே காணுவது ஆச்சரியமான அனுபவம்.

எனது பரிசோதனையை இடையில் நிறுத்திவிட்டு, மருத்துவர் வெளியே சென்று திரும்பியபோது, அவருடன் வயதில் மூத்தவரான

இன்னுமொரு வைத்தியர் இளம்பச்சை நிற உடையணிந்து உள்ளே வந்தார். அவர் தன்னைத் தலைமை வைத்தியர் என்று அறிமுகம் செய்துகொண்டார்.

அப்போதுதான் முதன் முதலாக எனக்குள் பயம் சூழத் தொடங்கியது. ஏதோ பாரதூரமாக இருக்க வேண்டும், இல்லையேல் தலைமை வைத்தியரை அழைத்துவர வேண்டிய அவசியம்தான் என்ன என்றது உள்ளுணர்வு.

புதிதாக வந்த மருத்துவர் என்னைப் பரிசோதிக்க ஆரம்பித்தார். சிறிது நேரத்தில் மருத்துவத்துறைக்குரிய சொற்களில் அவர்கள் உரையாடிக்கொண்டார்கள். என்ன பேசுகிறார்கள் என்னால் புரிந்துகொள்ள முடியவில்லை. ஆனாலும் அவர்களின் முகபாவனையிலும் நடவடிக்கைகளிலுமிருந்து எனது பயம் அதிகரித்தது.

சற்று நேரத்தின் பின் தலைமை வைத்தியர் "உங்களின் கர்ப்பப் பையினுள் ஏறத்தாழ 12 சென்டிமீற்றர் நீளமான கட்டி இருக்கிறது. அதனை நாம் உடனடியாக அகற்ற வேண்டும்" என்றார். அவரது முகம் இறுகிக் கிடந்தது.

பரிசோதனைகளை முடித்த பின், மகப்பேற்று இருக்கையில் இருந்து நான் இறங்கிக்கொள்ள உதவியபடியே "உடைகளை அணிந்துகொண்டு வாருங்கள்" என்றுவிட்டு வைத்தியர்கள் தங்களுக்குள் உரையாடிக்கொண்டிருந்தார்கள். உடைகளை அணிந்து வந்தபோது அருகிருந்த நாற்காலியில் அமர்ந்துகொள்ளக் கேட்டுக்கொள்ளப்பட்டேன்.

ஏறத்தாழ இருபது வருடங்களுக்கு அதிகமாக வைத்தியத் துறையில் வயோதிபர்களைப் பராமரிக்கும் தாதியாகப் பணிபுரிந்திருந்திருக்கிறேன். மருத்துவர்களின் உடல்மொழிகளையும் நன்கு அறிவேன். எனக்கு ஏதோ பெரும் ஆபத்து வந்திருக்கிறது என்பதைப் புரிந்துகொண்டேன்.

"அது ஆபத்தான புற்றுநோய்க் கட்டியா?" என்று வைத்தியரைக் கேட்டேன்.

"ஆம், அப்படியும் இருக்கலாம். ஆனால் அதுபற்றி ஆராயாமல் உறுதியாக எதையும் சொல்ல முடியாது."

எனக்குத் தலை சுற்றி மயக்கம் வருவது போலிருந்தது. உடல் நடுங்கி வியர்த்தது. பெருத்த அசௌகரியத்தை உணர்ந்தேன். ஏதோ நாளையே இறந்துவிடுவேன் என்பதுபோன்ற மரணபயம் சூழ்ந்துகொண்டு சிந்தனைகள் கட்டுக்கடங்காது ஓடத் தொடங்கின. இனி வேலைக்குச் செல்ல முடியாது போய்விடுமானால், பொருளாதாரத்திற்கு என்ன செய்வேன்? குழந்தைகளின், குடும்பத்தின் நிலை என்ன? பெற்றோர்கள், அக்கா, தம்பி என்ன செய்வார்கள் போன்ற எதிர்மறை எண்ணங்கள் என்னை மூழ்கடித்துக்கொண்டிருந்தன. வைத்தியர்களுடனான உரையாடலில் என்னால் கவனத்தைக் குவிக்க முடியவில்லை.

"யாருடன் வந்தீர்கள்?"
"தனியேதான் வந்தேன்."
"உணவருந்திவிட்டீர்களா?"
"இன்னும் இல்லை."

"சரி... ஏதேனும் உணவருந்திவிட்டுச் சற்று நேரத்தில் வாருங்கள். புற்றுநோய்க்குரிய பரிசோதனைகளை ஆரம்பிக்க வேண்டும்" என்று கூறியபின், பின்னால் நின்றிருந்த தாதிகளை அழைத்து இன்று மாலைக்குள் CT ஸ்கானிங் அறிக்கையையும் பயோப்சி (Biopsy) பரிசோதனை, இரத்தப் பரிசோதனைகள் ஆகியவற்றின் அறிக்கைகளையும் தனக்குக் கிடைக்கச் செய்யும்படி உத்தரவிட்டார்.

நோயின் பாரதூரம் காரணமாகவே இவற்றினைச் சில மணி நேரங்களுக்குள் அவசர அவசரமாகச் செய்யச் சொன்னார் என்பதை என்னால் இன்று புரிந்துகொள்ள முடிகிறது.

என்னால் எழுந்துகொள்ள முடியவில்லை. அங்கிருந்த ஒரு தாதி என் முதுகில் ஆதரவாகக் கையை வைத்து எழுவதற்கு உதவினார். எனது உடலின்மேல் பெரும் பாறையொன்றினை வைத்துவிட்டது போன்று உணர்ந்தேன். கால்கள் பலமிழந்து போயின. அழுகையைக் கட்டுப்படுத்தப் பெரும்பாடுபட வேண்டியிருந்தது. எப்படி அந்தக் கட்டடத்தின் வெளிப்பகுதிக்கு வந்தேன் என்று தெரியவில்லை. குளிர்காற்று முகத்தில் பட்டபோதுதான் சிந்தனை தடைப்பட்டுச் சுற்றாடல் பிரக்ஞை வந்தது.

அக்காவுக்குத் தொலைபேசியபோது வார்த்தைகள் வரவில்லை. சொற்கள் தடுமாறின. கண்கள் கலங்கி நீர் வழிந்தது. மறுபக்கத்தில் அக்கா அதிகம் பேசவில்லை. அழுதபடியே அக்காவுக்கு அனைத்தையும் சொன்னேன்.

"அக்கா! என்ட கார் இங்க நிக்குது. என்னால இப்ப கார் ஓட ஏலாது, இன்னும் கனக்க டெஸ்ட்கள் எடுக்க வேணுமாம்."

அவர் தம்பியின் மூலமாக வாகனத்தை எடுப்பிப்பதாகவும், பரிசோதனைகள் முடிந்ததும் தன்னைத் தொடர்புகொள்ளுமாறும் கேட்டுக்கொண்டார்.

காலையில் வைத்தியசாலைக்கு வந்தபோது, கண்ணுற்ற கடைக்குள் புகுந்து யோகட் ஒன்றினை வாங்கியபோதுதான், இந்தக் கடையில் இத்தனை பொருட்கள் இருப்பதற்கு இந்த வைத்தியசாலைக்கு வரும் நோயாளிகளும் ஊழியர்களுமே காரணம் என்று புரிந்தது.

வாங்கிய யோகட்டினைக் கடைக்கு வெளியே நடந்தபடி உண்டேன். சற்றுப் புத்துணர்ச்சி கிடைத்தது போலிருந்தது. மீண்டும் மருத்துவரின் அறைக்குள் நுழைந்தபோது, என்னை மகப்பேற்று இருக்கையில் உட்காரவைத்தார்.

என்னை ஆதரவான குரலில் அழைத்துப் பரிசோதனைக்கான இருக்கையில் இருத்திவிட்டு மீண்டும் பரிசோதனைகளை ஆரம்பித்தார் அந்த மூத்த மருத்துவர். ஏறத்தாழ ஒரு மணிநேரத்தின் பின் எனக்குரிய பரிசோதனைகள் முடிவடைந்தபோது, முக்கியமாகக் கருப்பையில் இருந்த கட்டியிலிருந்து ஒரு சிறுதுண்டு வெட்டி எடுக்கப்பட்டு, மேலதிகப் பரிசோதனைகளுக்காக அனுப்பப்பட்டது. நான் மன ரீதியாகவும் உடல்ரீதியாகவும் களைத்துவிட்டிருந்தேன்.

"இப்போது நீங்கள் வீட்டுக்குச் செல்லலாம். நாங்கள் உங்களுடன் தொடர்புகொள்வோம்" என்றார் மருத்துவர்.

அக்காவுக்குத் தொலைபேசினேன். "தம்பி இனித்தான் வாகனத்தை எடுப்பான்" என்றார்.

"பரவாயில்லை நானே எடுத்துவருகிறேன்" என்று கூறிவிட்டு, வீட்டுக்கு வந்து சேர்ந்தேன்.

•

அத்தியாயம் 05

சாதாரணமாகவே நான் உற்சாகத்தோடும் மகிழ்வோடும், எண்ணிய கருமங்களைச் சாதிக்க வேண்டும் என்னும் ஓர்மமும் கொண்டவள். அன்று நான் வீட்டுக்குள் நுழைந்தபோது எனது கால்கள் ஓர் அடியேனும் முன்னோக்கித் தூக்கி வைப்பதற்குச் சக்தியற்றுப் போயிருந்தன.

வரவேற்பறைக்குச் சென்று மென்னிருக்கையில் சரிந்தபோது, என்னையறியாமலே கண்ணீர் வழிந்துகொண்டிருந்தது. யாருடனாவது கதைக்க வேண்டும் போலிருந்தது.

அந்நேரம் நான் கடந்த வார இறுதியில் வைத்தியரிடம் சென்றிருந்ததையும், வைத்தியர் என்னைத் திங்கட்கிழமை மீண்டும் வருமாறு அறிவித்திருந்ததையும் அறிந்த தோழியொருவர் தொலை பேசினார்.

அனைத்தையும் கொட்டித் தீர்த்து அழுதேன். அப்போதும் மனது ஆறியதாக இல்லை. அந்நேரம் பல்கலைக்கழகத்திற்குச் சென்றிருந்த மகள் வந்தாள். என்னைக் கண்டதும் "என்ன சொன்னார்கள்?" என்று கேட்டாள். அவளைப் பயமுறுத்திவிடக் கூடாது என்பதற்காக "கர்ப்பப் பையில் ஒரு சிறு கட்டி இருக்கிறதாம்" என்றேன் அழுகையைக் கட்டுப்படுத்தியவாறு.

இங்கு வளரும் குழந்தைகள் மிகவும் கூர்மையான அவதானிப்பு உடையவர்கள். பலதையும் தெளிவாக அறிந்திருப்பார்கள். அவர்கள்

எம்மைப்போல் ஒரு விடயத்தைச் சுற்றிவளைத்துப் பேசுவதில்லை. மகளும் அப்படித்தான்.

"உங்களுக்குப் புற்றுநோயா?" என்று நேரடியாகவே கேட்டாள்.

அவள் பதற்றப்படக் கூடாது என்பதற்காக "தெரியாது, வைத்தியர் பரிசோதனைகள் செய்திருக்கிறார். பதில் வந்தாப் பிறகுதான் தெரியும்" என்றேன். அவள் அதை நம்பியிருக்க வேண்டும். அதன்பின் அவள் எதுவும் பேசவில்லை.

சாதாரணமாகவே நான் எனது மகனுக்குச் செய்திகள் அனுப்பினால், பல மணிநேரங்களின் பின்போ அல்லது மறுநாளோதான் பதில் அனுப்புவான். அவனுக்கு வைத்தியர் எழுதித் தந்த அறிக்கையை அனுப்பினேன்.

ஒரு நாளும் இல்லாதவாறு மறு நிமிடமே அவனிடமிருந்து தொலைபேசி அழைப்பு வந்தது.

"அம்மா, என்ன நடக்கிறது?"

தட்டுத் தடுமாறி அனைத்தையும் சொல்லி முடித்தபோது, இருவரும் நெகிழ்ந்திருந்தோம். அன்றைய நாளிலிருந்து இன்றுவரை தினமும் தொலைபேசியெடுத்துச் சுகம் விசாரித்தபடியே இருக்கிறான்.

அன்றைய மாலைப் பொழுது மெதுவாகவே கழிந்துகொண்டிருந்தது. அக்காவும் தம்பி பாலனும் அவனது மனைவி யாழினியும் வந்தார்கள். தம்பியின் மனைவி மருத்துவமனையில் கைக்குழந்தைகளுக்கான பிரிவில் சிறப்புத் தாதியாகத் தொழில் புரிகின்றவர். அக்காதான் அதிகம் பேசினார். தம்பி எதுவும் பேசவில்லை. மச்சாள் யாழினி ஒரு மருத்துவத் தாதி என்பதால், அவருக்குப் புற்றுநோய்பற்றி அதிகம் தெரிந்திருந்தது.

"விஜி அக்கா, எதுவும் இன்னும் முற்றாகவில்லை" என்ற ஆறுதலை அவர் சொன்னாலும், என் மனது அதனை ஏற்றுக்கொள்ள முடியாமல் தடுமாறிக்கொண்டிருந்தது. உண்மையாகவே சிலவேளைகளில் எனக்குப் புற்றுநோய் இல்லை என்பார்களோ என்றும் சிந்தித்தேன்.

பரிசோதனையின்போது மருத்துவரின் முகம் கறுத்துப்போன விடயத்தினை என்னால் மறக்க முடியவில்லை. அதன் அர்த்தம் என்ன என்பதையும் என்னால் ஊகிக்க முடிந்தது.

எனக்குப் பாரதூரமான நோய் ஏற்பட்டிருக்கிறது என்பதை உணர்ந்துகொண்டேன். மரணத்தின் விளிம்பில் இருக்கும் ஒரு மனிதன், தான் தப்பிவிடுவேன் என்று நினைப்பதுபோன்று நானும் "இல்லை, உனக்கு ஒரு நோயும் இல்லை" என்று மருத்துவர்கள் அறிவிப்பார்கள் என்று எதிர்பார்த்தேன்.

அன்றைய இரவு நீண்டதாக இருந்தது. வாழ்வில் மறக்க முடியாத இரவு அது. மகள் அருகிலேயே இருந்து, என்னை மிகவும் கரிசனையுடன் பார்த்துக்கொண்டாள். பசிக்கவில்லை. இப்படியான மனநிலையில் யாருக்குத்தான் பசிக்கும்? மனது கனத்துக் கிடந்தது. எதிர்மறையான சிந்தனைகள் மனதுக்குள் ஓய்வற்ற சக்கரம்போன்று ஓடிக்கொண்டிருந்தன. தூக்க மாத்திரை எடுத்துக்கொண்டேன். அப்போதும் தூக்கம் வாய்க்கவில்லை. வாழ்வு என்னவாகும், என்னென்ன பிரச்சினைகள் வரும் என்று கேட்டு மனம் அடித்துக்கொண்டேயிருந்தது.

பின்னிரவின்போது உடல் பலமிழந்து சோர்ந்து போனது. கடும் இரத்தப் போக்குத் தொடங்கியபோது அக்காவுக்குத் தொலை பேசினேன்.

அக்காவின் மகன் ஒரு வைத்தியர். அக்கா அவனுடன் கதைத்தார். அவன் வைத்தியசாலையை உடனடியாகத் தொடர்புகொள்ளுமாறு அறிவுறுத்தியதால், வைத்தியசாலைக்குத் தொடர்புகொண்டோம். அவர்கள் உடனேயே புறப்பட்டு வரச் சொன்னார்கள்.

என்னை அழைத்துச் செல்லும்போது அக்கா "உனக்குப் புற்றுநோய் இல்லை. நீ டொக்டர் சொன்னதைப் பிழையா விளங்கியிருப்பாய்" என்றார். எனக்கு நோயெதுவும் இல்லாதிருக்க வேண்டும் என்ற அவரது விருப்பத்தினால் அப்படிச் சொல்லியிருப்பார் என்று நினைக்கிறேன்.

வைத்தியசாலைக்குச் சென்றபோது காலையில் நான் சென்றிருந்த மகப்பேற்றுப் பகுதிக்கே அனுப்பினார்கள். புதியதொரு வைத்தியர் என்னைப் பரிசோதித்தார். அப்போதும் இரத்தப் போக்கு குறையவில்லை.

பல பரிசோதனைகள் நடைபெற்றன. அன்றைய இரவு வைத்தியசாலையிலேயே கடந்துபோனது. காலையில் நடைபெற்ற பரிசோதனைகளின் அடிப்படையில், எனக்கு நோர்வேயில் புற்றுநோய் வைத்தியத்திற்குப் பிரசித்திபெற்ற வைத்தியசாலையான 'றாடியும்

ஹொஸ்பிதால' (Radium hospitalet)இல் பெரிய சத்திர சிகிச்சை நடைபெறவுள்ளதாகச் சொன்னார்கள். அக்காவுக்கும் யாழினிக்கும் அறிவித்தேன். அவர்களுடன் கதைப்பது இலகுவாக இருக்கவில்லை. அப்போதுதான் அக்கா எனது நோயின் பாரதூரத்தையும் நான் சொன்னதையும் உண்மை என்று நம்பினார்.

அத்தியாயம்
06

நோர்வேயில் புற்றுநோய் கண்டவர்களுக்கு விசேடப் பராமரிப்புடனான மருத்துவம் நடைபெறும் முறையொன்று இருக்கிறது. அதனை 'பக்கவோர்லோப்' (pakkeforløp) என்னும் பெயரில் அழைக்கிறார்கள்.

அம்மருத்துவ முறையானது, நோர்வேயில் ஒருவருக்குப் புற்றுநோய் இருப்பதாகச் சந்தேகம் ஏற்படுமிடத்து வைத்தியர் நோயாளியைப் புற்றுநோய்க்குரிய 'ஒழுங்கமைக்கப்பட்ட மருத்துவ வழிமுறை' என்னும் திட்டத்திற்குள் உட்படுத்துவார். இத்திட்டம் நோயாளிக்கும், அவரது நெருங்கிய உறவுகளுக்கும் அவசியமான விடயங்களை ஒழுங்குசெய்து கொடுக்கும். நோயாளிக்குரிய பரிசோதனைகள், நோயை உறுதிப்படுத்துதல், மருத்துவமுறை என்பவற்றைத் தீர்மானிக்கும்.

மேற்கூறப்பட்ட மருத்துவ முறைக்குள் என்னை உள்வாங்கியிருப்பதாக வைத்தியர் அறிவித்ததுடன், என்னைப் பரிசோதித்த வைத்தியர் எனது குடலுக்கும் புற்றுநோய் பரவியிருக்கலாம் என்று சந்தேகப்படுவதால் அதனையும் பரிசோதிக்க வேண்டிய கட்டாயத்தில் இருப்பதாகவும் அறியத் தந்தார். எனக்கு என்னைச் சுற்றி என்ன நடக்கிறது என்றே புரியவில்லை. அடுத்தடுத்து வாழ்வின் மீதான நம்பிக்கையையே ஆட்டம் காணவைக்கும் செய்திகளாக வந்துகொண்டிருந்த நாட்கள் அவை.

இரத்தப் போக்கினை நிறுத்துவதற்கு மாத்திரைகளுடன் நான் வீட்டுக்கு அனுப்பப்பட்டேன்.

மறுநாள், நான் எனது மேலதிகாரியிடம் நோய்பற்றி அறிவித்தேன். அவர், “நோர்வேயில் புற்றுநோய்க்குச் சிறப்பான மருத்துவம் உண்டு” என்றும் “ஒன்றுக்கும் கவலைப்பட வேண்டாம். வேலைத் தலத்தைப் பற்றி நீ எதுவும் யோசிக்காதே. இப்போது உனது உடல்நலத்தை மட்டுமே சிந்திக்க வேண்டும். ஏதும் உதவிகளை எம்மால் செய்ய முடியும் என்றால் சொல்” என்று அவர் கூறியது மனதுக்கு மிகுந்த ஆறுதலைத் தந்தது.

நான் நண்பர்களுக்கும் நோயைப் பற்றி அறிவித்தேன். எனது நட்பு வட்டம் பெரியது. அதிலும் எங்கள் விளையாட்டுக் கழகம், எங்கள் ஊர்ச் சங்கங்கள், அமைப்புகள் எனப் பலதிலும் பலரையும் அறிவேன். நான் நோயுற்றிருப்பதைப் பலரும் விரைவாகவே அறிந்துகொண்டார்கள்.

நான் சுகயீனமுற்றிருக்கிறேன் என்பதையறிந்தவுடன் என்னுடன் உரையாடியவர் செழியன். அவரை எனது இளமைக் காலத்திலிருந்தே நன்கு அறிவேன். நாம் நல்ல நண்பர்கள், ஒன்றாகக் கற்றவர்கள் எனது திருமணத்தின் பின் மச்சான் ஆனவர். நான் சுகயீனமுற்ற நாட்களிலிருந்து இதை எழுதும் கணம்வரை ஒரு வாரத்தில் பல தடவைகள் ஆறுதலாக உரையாடி, அவசியமான உதவிகளைச் செய்து, எனக்கு விருப்பமான உணவுகளைத் தயாரித்துத் தந்திருக்கிறார். பலரும் வீடு தேடி வந்து நலம் விசாரித்து ஆறுதல் சொல்லிப்போகத் தொடங்கினார்கள்.

நோயுற்றிருக்கும்போது அமைதியான சூழ்நிலை அவசியம் என்பார்கள். நோயுற்றிருப்பவரைச் சென்று பார்ப்பது அவரின் அமைதியையும் ஆறுதலையும் கெடுக்கும் என்பவர்களும் உண்டுதான். இருந்தாலும், என்னை நலம் விசாரிப்பவர்களின் வருகையைப் பெரிதும் விரும்பினேன். காரணம், அது ஒரு மகிழ்ச்சியான மனநிலையைத் தந்தது. கவலைகளைச் சற்று நேரமாவது மறந்திருக்க உதவியது. வாழ்வு வழமைபோல் நண்பர்கள் சூழ இயங்குகிறது போன்ற உணர்வுகளையும் தந்தது.

எனது குடும்பத்தவர்களும் அக்காவும் தம்பியும் “இதை அனைவருக்கும் தெரிவிப்பது அவசியமில்லை” என்ற கருத்தில் தீர்க்கமாக இருந்தனர். மற்றையவர்கள் என்னைப் பயமுறுத்தும் கதைகளைச் சொல்லலாம்

அல்லது எனக்குக் கிடைக்கும் எதிர்மறையான எண்ணங்களால், நான் எனது தன்னம்பிக்கையை இழக்கலாம் என்றும் அவர்கள் பயந்தார்கள்.

என்னிடம் அதற்கு எதிர்மாறான கருத்தே இருந்தது. ஏன் நோயை மறைக்க வேண்டும்? நோய்மை என்பது எல்லோருக்கும் பொதுவானதல்லவா? பெரு நோய்களை மற்றையவர்களுக்கு மறைத்தவர்கள், தாம் சொன்ன ஒரு பொய்யைக் காப்பாற்றுவதற்காகப் பட்ட பாடுகளையும் துன்பங்களையும் நான் அறிவேன். என் நோய்பற்றி வெளிப்படையாக இருக்க வேண்டும் என்ற எண்ணத்தில் நான் மிகவும் உறுதியாக நின்றேன்.

வாழ்வு என்பது அனுபவங்களின் தொகுப்பு அன்றி வேறென்ன? காலங்காலமாக மனிதர்களின் அனுபவங்களை, மற்றையவர்கள் படிப்பினையாகவும் எச்சரிக்கையாகவும் கற்றுக்கொண்டு வாழவில்லையா?

ஒரு மனிதனின் மகிழ்ச்சியைப் பகிர்வதைவிடத் துயரையும் வலியையும் பகிர்வதையே பெறுமதிமிக்கதாக உணர்கிறேன். ஒருவர் தான் படும் பாடுகளை ஏதோ ஒருவகையில் மற்றையவர்களுடன் பகிரும்போது, அவர் சுமக்கும் கனதியின் பெரும் பகுதி இலகுவாகிவிடுகிறது. பெருந்துன்பத்தில் உழலும்போது யாரோ ஒருவரின் மடியில் விழுந்து அழுதபின், மனம் தெளிந்து ஆறியிருப்பது போன்றதானது இது.

நண்பர்களுடனான உரையாடல்களும் சந்திப்புகளும் இந்நோய்க் காலம் முழுவதும் எனக்குப் புத்துணர்ச்சியையும் வாழ்வுமீதான நம்பிக்கையையும் தந்தன. துன்பமான காலங்களிலேயே நட்பின் வீரியத்தையும் ஆழத்தையும் முழுவதுமாகப் புரிந்துகொள்ள முடிகிறது.

நான் நோயுற்றபோது எனக்கு இரு தெரிவுகள் இருந்தன. முதலாவது, இந்த நோயின் பாதிப்பை ஏற்றுக்கொண்டு அதன் வழியே செல்வது. இரண்டாவது, அதை எதிர்த்து என்னாலான அனைத்தையும் செய்து, நோயின் பிடியில் இருந்து விடுபட முயல்வது. நான் இரண்டாவதைத் தெரிவுசெய்தேன்.

நோர்வேப் புற்றுநோயாளர்களின் சங்கத்தில் சேர்ந்துகொண்டேன்.

அவர்களின் வழிகாட்டல்களும் பரிந்துரைகளும் பெரிதும் உதவின. இப்படியான சங்கத்தின் தாற்பரியத்தையும் அவசியத்தையும் முக்கியத்துவத்தையும் இந்நாட்களில்தான் உணர முடிந்தது.

ஒளியே அற்ற ஒரு கருங்குகைக்குள் நடக்கத் தொடங்கிய நாட்கள் அவை. எப்போது விழுவேன்? எழுவேன்? மறுநிமிடம் என்ன நடக்கும்? இரவு நேரங்களில் உறங்கினால் மறுநாள் உயிரோடிருப்பேனா? எதுவும் தெரியாது மலங்க மலங்க விழித்த நாட்கள். தினம் ஒவ்வொன்றும் பெருங்கனவாக இருந்த காலம் அது.

என் முன்னே முன்னெப்போதும் அறியாத புதியதோர் வாழ்க்கையனுபவம் நீண்டிருக்க, நடுக்கடலில் திசையறியாது தடுமாறும் மாலுமிபோன்ற நிராதரவான நிலையில் நின்றிருந்தேன்.

அந்தக் காலத்தில் புற்றுநோயாளர் சங்கத்தவர்கள் எனக்குச் சில புத்தகங்களைத் தந்து "வாசித்துப் பாருங்கள்" என்றிருந்தார்கள். வாசிப்புப் பழக்கம் மிகவும் அருகிவிட்டிருந்த காலத்தில், அதிலும் நோர்வேஜிய மொழியில் அவற்றை வாசிப்பது கடினமாகத்தான் இருந்தது. இருப்பினும், என்னைப் போன்று நோயுற்ற ஒருவரின் கதை என்பதால், என்னால் வாசிக்க முடிந்தது. அவற்றை வாசிக்க வாசிக்க எனக்குள் தன்னம்பிக்கை ஊற்றெடுப்பதை உணர்ந்தேன். இன்றைய மருத்துவ உலகில் அதிலும் நோர்வேயில் உள்ள வசதிகளைக் கவனத்திற் கொண்டால், நானும் மீண்டுவிடலாம் என்ற எண்ணம் தோன்றத் தொடங்கியது.

அந்நாட்களில் புற்றுநோய்பற்றித் தமிழில் வாசிக்க ஒரு புத்தகமும் கிடைக்கவில்லை நோர்வேப் புற்றுநோயாளர் சங்கத்தினரிடமும் இருக்கவில்லை.

எனது அனுபவமும் என்னைப்போன்ற ஒருவருக்கேனும் நோயிலிருந்து மீண்டுவருவதற்கு உந்துசக்தியாக இருக்கலாம் என்று தோன்றியது. நோயுற்ற காலத்தில் எழுதிவைத்திருந்த சிறுகுறிப்புகளையும் படங்களையும் அனுபவங்களையும் தொகுத்து இந்த நூலை எழுத முன்வந்ததற்கும் அந்த உணர்வே காரணம்.

•

அத்தியாயம்

07

தங்களின் மகள் கடும் நோயுற்றிருக்கிறாள் என்பது பெற்றோருக்கு எத்தனை அதிர்ச்சியைத் தரும்? நான் எனது பெற்றோருடன் நோய்பற்றி எதுவும் சொல்லவில்லை. அதையும் அக்காதான் எமது பெற்றோருக்குப் பக்குவமான முறையில் எடுத்துச் சொன்னார். அவர்களுக்கு இந்தச் செய்தி வேதனையான உணர்வைக் கொடுத்திருக்கும் என்பதை என்னால் புரிந்துகொள்ள முடிகிறது.

அந்நாட்களில் எங்கள் வீட்டின் மறுபகுதியில் குடியிருக்கும் ஹரிதான் தினமும் எனக்குக் கடிதங்களை எடுத்துவந்து தருவார்.

அன்றொருநாள் “அக்கா, உங்களுக்கு ஒரு கடிதம் வந்திருக்கு” என்றபடியே சில கடிதங்களுடன் வந்தார். அவரை நன்கு அறிவேன். நான் நன்கு பகிடிவிட்டுக் கதைக்கும் நபர்களில் அவரும் ஒருவர்.

“என்னடா, எனக்கு லவ் லெட்டர் தருகிறாயா?”

அவர் சிரித்தபடியே என்னிடம் அந்தக் கடிதத்தை நீட்டினார். வைத்தியசாலையின் பெயரில் வந்திருந்த கடிதத்தைத் திறந்து பார்த்தேன்.

எனக்கு எதிர்வரும் மார்கழி மாதம் ‘ராடியும் ஹொஸ்பிதால’ மருத்துவமனையில் சத்திர சிகிச்சை நடைபெறும் என்றிருந்தது.

ஹரியிடம், “ஏன்டா லவ் லெட்டர் தருவாய் என்று நினைத்தால், இத்தனை மோசமான கடிதத்தைத் தாறாய்?” என்று கேட்டேன்.

அது அவரின் மனதைக் காயப்படுத்தியிருக்க வேண்டும். அன்றில் இருந்து இன்றுவரை அவர் எனக்குக் கடிதங்களை எடுத்து வருவதில்லை.

அவரின் மனதைக் காயப்படுத்த நான் அதைச் சொல்லவில்லை என்பதை ஹரி புரிந்துகொள்வார் என்றே நம்புகிறேன்.

எனது வீட்டில் இருந்து ஆறேழு மீற்றர் தூரத்தில் வாழ்ந்தபடி, நான் கடந்துகொண்டிருந்த நோய்க்காலத்தினை ஹரியும் அவர் மனைவி பூரணியும் அவர்களின் குழந்தை வர்சாவும் நெருக்கத்தில் அனுபவித்தவர்கள். நான் பட்ட பாடுகளைத் தினமும் நேரில் கண்டவர்கள். அவர்களின் அன்பும் அருகாமையும் அக்கறையும் என்னை மீட்டுக்கொள்வதற்குப் பெரிதும் உதவின. குழந்தைகள் மற்றையவர்களின் வலிகளை மையொற்றுத் தாள்போன்று ஒற்றியெடுக்கும் வல்லமை கொண்டவர்கள். ஹரி, பூரணி ஆகியோரின் வர்சாவும் அப்படியானவள். இவர்கள் எனக்கு உறவினர்களோ ஊரவர்களோ அல்லர். இருந்தும் அவர்களின் அன்பான கவனிப்பும் உபசரிப்பும் அவர்களை எனது மனதுக்கு மிக நெருக்கமானவர்களாக ஆக்கியிருக்கிறது.

நோர்வேயில் மார்கழி மாதம் என்பது கொண்டாட்டத்திற்குரியது. அன்பாளன் பிறந்த நத்தார் கொண்டாட்டங்களுக்காக வீடுகளைக் கழுவி, புதிய சாளர விரிப்புகள், மேசை விரிப்புகள், அலங்காரப் பொருட்கள் வைத்து, நத்தார் மரம் சோடித்து, வர்ண வர்ண மின்குமிழ்களால் முழு வீடும் அலங்கரிக்கப்படும். இவற்றைச் செய்வதே மனதுக்குப் புத்துணர்ச்சியாக இருக்கும்.

இந்த வருடம் அப்படியில்லை. வீடு கனத்து, வெறிச்சோடிச் சோகத்தின் சாயல் வீடு முழுவதும் புகார்போன்று படிந்து கிடந்தது. இப்படியான உணர்வுடன் எனக்கு நத்தார்ப் பண்டிகையை எதிர்கொள்ள விருப்பம் இருக்கவில்லை. நத்தார்ப் பண்டிகைக்கான ஆயத்தங்களைச் செய்ய ஆரம்பித்தேன்.

மனிதர்களின் ஆழ்மனம், பிரக்ஞையில் இல்லாத பலவற்றை நினைவில் வைத்திருந்து நாமறியாமலேயே அவற்றின் பாதிப்புக்களை அல்லது வடிகால்களை வெளிப்படுத்தும். அதேபோன்று அந்த நாட்கள் மகிழ்ச்சி மிகுந்த நத்தார் காலமாகினும் அப்போதும் எனக்குத் தூக்கம் இல்லாமல் போயிற்று, களைப்பு என் தோள்களில் பெரும்

கல்லைப்போல் அழுத்தியது. அனைத்திலும் எரிச்சலுற்றேன். அனைவரிடத்திலும் கோபப்பட்டேன். குடும்பம், குழந்தைகள், அக்கா, தம்பி, பெற்றோர் பற்றிய எதிர்மறையான சிந்தனைகளையும் மரண பயத்தையும் கட்டுப்படுத்த முடியாமல் தடுமாறிய நாட்கள் அவை.

இந்த நாட்களிலும் நண்பர்களும் தோழிகளும் வந்துபோயினர். அந்நாட்களின் கனதி அவர்களால் சற்றுக் குறைந்தது.

நோய் பற்றி நான் வெளிப்படையாகப் பேசியிருக்காவிட்டால் நண்பர்களின் வருகையும் அன்பும் அரவணைப்பும் கிடைத்திருக்காது. அவ்வாறான நிலையில் வாழ்க்கையை எவ்வாறு கடந்திருப்பேன் என்று என்னால் நினைத்துப் பார்க்கவே முடியவில்லை.

மார்கழி மாதத்தின் இரண்டாவது வாரத்தில் சத்திர சிகிச்சைக்கான அழைப்பும் வந்திருந்தது. எப்போதும் மனிதர்களுடன் கலகலப்பாக இருந்த எனக்கு, வீட்டுக்குள் அடைந்திருந்து சத்திர சிகிச்சைக்காகக் காத்திருப்பது சினத்தைத் தந்துகொண்டிருந்தது.

மார்கழி மாதத்தின் முதல் வாரங்களில் நோர்வேயில் எங்கும் நத்தார் ஒன்றுகூடல்கள் நடைபெறுவதுண்டு. எமது விளையாட்டுக் கழகமான ஸ்ரொவ்னர் தமிழ் விளையாட்டுக் கழகம் (*Stovner Tamil Sports Club*) தனது நத்தார் விழாவினைச் சிறப்பாக இந்நாட்களில் நடத்துவது வழக்கம். எமது கழகத்தின் நத்தார் கொண்டாட்டத்திற்குச் செல்வதெனத் தீர்மானித்தேன்.

அதனை எனது நெருங்கிய குடும்பத்தவர்களுக்குச் சொன்னபோது, எனது உடலில் நோயெதிர்ப்புச் சக்தி குறைந்தும், கோவிட் 19 நோய்த் தொற்றும் பரவியிருக்கும் இந்த நேரத்தில், நான் பொது இடங்களுக்குச் செல்வது பாதுகாப்பாக இருக்காது என்று அவர்கள் அஞ்சினார்கள். நோய்மை மிகவும் மோசமாக உள்ளிழுத்துக் கொள்ளும் காலங்களின்போது மனதின் குரலைத்தான் கேட்க வேண்டும்.

நோயுற்றிருக்கும்போது சுற்றமும் நண்பர்களும் சமூகமும் என்ன நினைக்கும் என்பதில் அதிக கவனத்தை என்னால் செலுத்த முடியவில்லை. எனது மன ஆறுதலே முக்கியமாக இருந்தது. அவர்களுக்கு உங்கள் வலியும், துன்பமும், மனத்தின் ஓலமும் ஒருபோதும் முழுமையாகப் புரியப்போவதில்லை. அவர்கள் புரிந்துகொள்ள வேண்டும் என்று நாம் எதிர்பார்க்கவும் கூடாது.

அது நியாயமும் அல்ல. அவர்கள், தங்களின் கோணத்தில் இருந்தே அனைத்தையும் சிந்திக்கப் பழகியிருப்பார்கள். அதன் அடிப்படையிலேயே அவர்களின் முடிவுகளும் தீர்மானங்களும் இருக்கும் அல்லவா?

எங்கள் சமூகத்தில் நோயுற்றால் வீட்டுக்குள்ளேயே அடைபட்டிருக்க வேண்டும் என்றே வளர்க்கப்பட்டிருக்கிறோம். இவையெல்லாம் சேர்ந்து உங்களின் உள்ளக் கிடக்கைகள் 'அவசியமற்றவை அல்லது அதிகம் கவனத்தில் எடுக்கப்பட வேண்டியவை அல்ல' என்ற கருத்தையே அருகிருக்கும் நெருங்கிய உறவுகளுக்குக் கொடுக்கும்.

நோயுற்று இன்னும் சில காலம்தான் வாழ்வதற்கு இருக்கின்றது என்று இருக்கும் ஒருவர், தான் விரும்பும் உணவை, பயணங்களை, கொண்டாட்டங்களை, மனிதர்களை என்று அவர் விரும்பும் அனைத்தையும் நாம் செய்து கொடுப்பதில்லையா?

அவ்வாறிருக்க, ஏன் நோயுற்றவர்களின் விருப்புக்களையும் ஆழ்மனத்தின் கிடக்கைகளையும் அனுமதிக்க மறுக்கிறோம்? அவை நாம் அனுபவிக்கும் கொடுமையான உள, உடல் வலிகளில் இருந்து சற்றேனும் எம்மை விடுதலை செய்கிறது என்பதை ஏன் உணர்கிறோம் இல்லை என்பது எனக்குப் புரியவில்லை. நோயுற்ற யாரேனும் எதையாவது செய்யப்போகிறேன் என்று கேட்டால், நான் "உங்கள் விருப்பப்படி செய்யுங்கள்" என்று ஒரு சிறு கணமும் சிந்திக்காது சொல்வேன்.

நோயுற்றிருக்கும்போது அதிலிருந்து விடுபடுவதற்கு மனமகிழ்ச்சியும் அகத்திருப்தியும் அவசியம். இத்தனை மோசமான நிலையில் எவ்வாறு மனம் மகிழ்ந்திருப்பது என்று நீங்கள் நினைக்கலாம். ஆம், சிரமமாகத்தான் இருக்கும். ஆனால் அச்சிரமத்திலும் ஒரு சில நிமிடங்களையேனும் எம்மால் வலிகளை மறந்திருக்க முடியுமெனில் அது மேலானதல்லவா?

நான் நத்தார்க் கொண்டாட்டத்திற்குச் செல்வது எனக்கு ஆபத்தாக முடியும் என்று என் உறவுகள் அஞ்சினார்கள். கொண்டாட்டத்திற்குச் சென்று நண்பர்களையும் மற்றையவர்களையும் சந்தித்துப் பேசி, ஆடிப்பாடிச் சிரித்து, உண்பது எனது மனதுக்குச் சற்று ஆசுவாசத்தினைத் தரும் என்பதை நான் நன்கு உணர்ந்திருந்ததால், எனது முடிவினை மாற்றிக்கொள்ளவில்லை. அதனால் ஏற்படக்கூடிய ஆபத்துக்களையும் அறிந்திருந்தேன்.

நான் எதிர்பார்த்தது போன்றே கழகத்தினர் என்னைத் தாங்கிக்கொண்டார்கள். நண்பர்களுடன் அன்றைய மாலை மகிழ்ச்சியாகக் கழிந்தது. நிரம்பிய மனதுடன் வீட்டுக்குள் வந்தேன். உள்ளேயே அடைபட்டிருந்திருந்தால் அந்த மகிழ்ச்சியான நேரத்தை நான் இழந்திருப்பேன்.

எனது சத்திர சிகிச்சைக்கு முன்பாக எனது குடலிலும் புற்றுநோய் பரவியிருக்கிறதா என்பதை அறிவதற்காகப் பல பரிசோதனைகள் செய்ய வேண்டியிருப்பதனால் திட்டமிடப்பட்டிருந்த சத்திர சிகிச்சையைத் தள்ளிப்போட வேண்டியிருப்பதாக அறிவித்தார்கள்.

மீண்டும் மனம் கெலித்துப்போனது. 'ஏன் எனக்கு மீண்டும் மீண்டும் மோசமான செய்திகளாகவே வந்துபோகின்றன?' என்று சுயஇரக்கத்தினுள் விழுந்து கிடந்தபோது, சற்று நம்பிக்கை தரும் செய்தியாக எனது சத்திர சிகிச்சை மார்கழி மாதத்தின் நடுப்பகுதியில் நடைபெறும் என்று அறிவித்தார்கள்.

குடலிலும் புற்றுநோய் பரவியிருக்கிறதா என்பதை அறிவதற்காக கொலோஸ்கொபி *Coloscopi* என்னும் பரிசோதனைக்காக அழைக்கப்பட்டிருந்தேன். இந்தப் புற்றுநோய்க் காலத்தில் நடைபெற்ற அனைத்துப் பரிசோதனைகளிலும் இந்தப் பரிசோதனையே மிகவும் கடினமானதும் அசௌகரியமானதும் வலியுடையதாகவும் இருந்தது. எனது மலவாசல் ஊடாக இரண்டு குழாய்களை உட்செலுத்தி கமரா மூலமாகப் பரிசோதனை மேற்கொள்ளப்பட்டது. என் அருகே இருந்த யாழினியிடம் என்னைப் பிடித்துக்கொள்ளுமாறு கேட்டுகொண்டேன். நோயின் காரணமாக அநாதரவான மனநிலையில் உழன்றுகொண்டிருக்கும்போது இன்னொரு மனிதனின் அருகாமை பெரும் பலத்தைத் தரும் என்பதை அத்தருணத்தில் உணரமுடிந்தது.

தனித்திருக்கும்போதும் இரவுகளிலும் நான் இவற்றைக் கடந்து மீள்வேனா? அல்லது இதுதானா எனது கடைசி நாட்கள்? நான் கண்ட கனவுகள் அனைத்தும் வீணா? தாறுமாறான பல எண்ணங்கள் முடிவின்றி என்னைச் சுற்றிக்கொண்டிருந்தன. நோயுற்றிருக்கும்போது இப்படியாகக் கட்டற்று ஓடும் சிந்தனையை எவ்வாறு வெற்றிகொள்ள முடியும்? நோய்மைக் காலம் முழுவதும் இப்படியான எதிர்மறையான சிந்தனைகளினால் பெரிதும் மனமுடைந்திருந்தேன்.

சத்திர சிகிச்சைக்கு முன்னான காலைப்பொழுதில் எழுந்து வைத்தியசாலையில் தங்கியிருப்பதற்கு அவசியமான பொருட்களை எடுத்துவைத்தேன். சாப்பாட்டு மேசையில் உட்கார்ந்திருந்து தேநீர் அருந்தியபடியே வீட்டைப் பார்த்தேன். சுவரிலிருந்த குழந்தைகளின் இளவயதுப் படங்களும், மகிழ்ச்சியான பொழுதுகளின் நினைவுகளும் கண்களைக் குளமாக்கின. மீண்டும் இந்த வீட்டுக்குள் வருவேனா என்று மரணபயம் என்னை அரிக்கத் தொடங்கியது. தாங்க முடியாது உடைந்தழுதேன்.

நோயுற்றுத் தனித்திருக்கும்போது எம்மைச் சுற்றிக்கொள்ளும் தனிமை பெரும் கொடுமையானது. அது நிராதரவான உணர்வை எமக்குத் தந்துவிடுவதால், அந்த வலியைவிடத் துன்பமானது வேறெதுவுமில்லை என்பேன்.

அழுகையைப் போன்று மனங்களை ஆறுதற்படுத்துவது வேறு எதுவுமில்லை. அழுததும் மனது இலகுவாகியது. எழுந்து வைத்தியசாலைக்குச் செல்லத் தயாரானேன். அக்காவும் மச்சாளும் வந்து மஞ்சரியையும் என்னையும் அழைத்துப்போனார்கள்.

வாகனத்தினுள் ஒவ்வொருவரின் மனதையும் மற்றையவர் தொட்டுணரக்கூடிய கடும் மௌனம் நிலவியது. நான் முன்னிருக்கையில் அமர்ந்து வீதியைப் பார்த்துக்கொண்டிருந்தேன். வீதிக் காட்சிகளைக் கண்கள் கண்டுகொண்டிருந்தாலும், அவையெதையும் சிந்தனை கிரகித்துக்கொள்ளவில்லை. அவ்வப்போது கண்ணீர் வழிந்துகொண்டிருந்தது. கையில் இருந்த கைக்குட்டையால் கண்களைத் துடைத்துக்கொண்டேன்.

வைத்தியசாலைக்குச் சென்று வைத்தியரைச் சந்தித்தோம். துன்பம் ஒருபோதும் தனியே வருவதில்லை என்பார்களல்லவா? அது நடந்தது.

●

அத்தியாயம்

08

என்னைத் தோளணைத்து அழைத்துச்சென்றார் வைத்தியர். மேசையைச் சுற்றி மஞ்சரி, மச்சாள், அக்கா, நான் உட்கார்ந்திருந்தோம். மஞ்சரி எனது கையைப் பற்றியிருந்தது மனதுக்கு இதமாகவும் ஆறுதலாகவும் பாதுகாப்பாகவும் இருந்தது. இத்தனை அவலமான நிலையிலும் திடமாக இருக்கும் அவளை நினைத்துப் பெருமைப்படாதிருக்க முடியவில்லை. இங்கு வளரும் குழந்தைகள் சிறு வயதிலேயே முதிர்ச்சியடைந்து விடுகிறார்களோ என்று எண்ணத் தோன்றியது.

வைத்தியர் கணினியையும் அறிக்கைகளையும் பார்த்தபடி எங்களுடன் உரையாடிக்கொண்டிருந்தவர் என்னைப் பார்த்து,

“உங்களுக்கு மகிழ்ச்சியைத் தராத செய்திதான் என்னிடமிருக்கிறது. நடைபெற்ற பரிசோதனைகளின் அடிப்படிடையில், உங்களுக்கு மார்பகப் புற்றுநோயும் இருக்கலாம் என்று அஞ்சுகிறோம். அதற்காக மம்மோகிரபி செய்வதற்கு ஒழுங்குகள் நடைபெறுகின்றன.”

ஆரம்பத்தில் கர்ப்பப்பையில் புற்றுநோய் என்றார்கள்.

பிறகு குடலிலும் இருக்கலாம் என்றார்கள். இப்போது மார்பகத்திலும் இருக்கலாம் என்கிறார்கள்.

நான் தப்பிப் பிழைப்பதற்கு எதுவிதச் சந்தர்ப்பமும் இல்லை என்றே தோன்றியது. இல்லை, அப்படித்தான் எண்ணினேன்.

வாழ்க்கையின் துன்பங்கள் உங்களை மூழ்கடிக்கும்போது அவற்றைக் குற்றுயிருடன் கடந்து வருவதற்கு எத்தனை பேரால் முடிகிறது?

எனக்குத் தலை சுற்றியது. காலின் கீழிருந்த நிலம் வெடித்துப் பிளக்க, உள்ளிருந்து ஒரு கரிய உருவம் என்னைத் தன்னை நோக்கி இழுப்பதுபோல் உணர்ந்தேன். பிடி நழுவியது, கண்கள் இருண்டன.

மறுபக்கத்தில் உட்கார்ந்திருந்த மச்சாள் என் நிலையை உணர்ந்து என்னைப் பிடிப்பதற்கிடையில், கீழே சரியத் தொடங்கியிருந்தேன். என்னை மச்சாள் தாங்கிக்கொள்ள மருத்துவரும் உதவியாளர்களும் இணைந்து என்னைக் கட்டிலில் கிடத்தினார்கள். நான் நினைவுக்கும் கனவுக்கும் இடையில் மிதந்துகொண்டிருந்தேன். நினைவுக்குத் திரும்பும்போதெல்லாம் மஞ்சரியும் அக்காவும் மச்சாளும் என்னருகே நிற்பது தெரிந்தது. மறுகணம் அவர்கள் மறைந்துபோனார்கள். மகனும் அம்மாவும் அப்பாவும் பாலனும் மனக்கண்ணில் வந்துபோனார்கள்.

விழிப்பு வந்தபோது என்னைத் தனியறையொன்றில் கிடத்தியிருந்தார்கள். மச்சாளின் கடுமையான குரல் கேட்டது. டாக்டருடன் அவர் உணர்ச்சிவசப்பட்டுப் பேசிக்கொண்டிருந்தார்.

“ஏன் மார்பகப் புற்றுநோயும் இருக்கலாம் என்பதை உடனேயே அறிவிக்கவில்லை?” என்பது அவரது வாதமாயிருந்தது.

“உங்களின் கோபம் நியாயமானது. ஆனால், சத்திர சிகிச்சையை நிகழ்த்தவுள்ள மருத்துவர் அதனை உங்களிடம் சொல்லியிருப்பார் என்று நினைத்தோம்.”

மச்சாளினால் இந்தப் பொறுப்பற்ற செயலைப் பொறுத்துக்கொள்ள முடியவில்லை. அவர் மருத்துவருடன் காரசாரமாக உரையாடிக்கொண்டிருக்க, மருத்துவர் மௌனமாக நின்றிருந்தார்.

சத்திரசிகிச்சைக்கான மருந்துகள் எனக்குத் தரப்பட்டன. பரிசோதனைகள் பல செய்தார்கள்.

செந்தூரன் எனது அக்காவின் மகன். மருத்துவராக வேலைசெய்கிறான். அவனுக்குத் தொலைபேசினேன். “செந்தூ! எனக்கு நாளைக்கு ஒபரேசன். எனக்கு என்னமும் நடந்தால் எனது உடலுறுப்புக்களை வேறு யாருக்கேனும் கொடுக்க விரும்புகிறேன்” என்றேன்.

அவனால் எதையும் பேசமுடியவில்லை. ஆறுதல் சொன்னாலும் இறுதியில் "அப்படி ஏதும் நடந்தால் உங்களின் விருப்பத்தை நிறைவேற்றுகிறேன்" என்றான்.

என்னால் இதை எனது மகனிடம் சொல்ல முடியாதிருந்ததால்தான் அவனிடம் சொன்னேன். எந்தத் தாயால் இப்படியான செய்தியைத் தான் பெற்ற குழந்தைகளிடம் சொல்லிவிட முடியும்?

அன்றும் விதி என்னை விடுவதாயில்லை. என்னைவிட மோசமான நிலையிலுள்ள ஒருவருக்கு முன்னுரிமை கொடுக்க வேண்டும் என்பதற்காக எனது சத்திர சிகிச்சை இரண்டு நாட்கள் பின்போடப்பட்டது.

மறுநாள் காலை என்னிம் வந்த வைத்தியர் சத்திர சிகிச்சைக்கு இரண்டு நாட்கள் மட்டுமே இருப்பதால் என்னை வீட்டுக்குச் சென்று மறுநாள் மாலை வருமாறு கோரினார். எனக்கு வீட்டுக்குச் செல்லும் மனமிருக்கவில்லை. "நான் வைத்தியசாலையில் தங்கியிருக்கவே விரும்புகிறேன்" என்றேன்.

அவரோ வீடு செல்லுமாறு அறிவுறுத்தினார்.

இரண்டு தடவைகள் சத்திர சிகிச்சை பின்போடப்பட்டதால், நான் மனரீதியாக மிகவும் நலிந்திருந்தேன். வைத்தியரின் வற்புறுத்தலின் காரணமாக வீட்டுக்குச் செல்ல வேண்டியிருந்தது.

வைத்தியசாலை ஒழுங்கு செய்திருந்த வாடகை வண்டியில் வீட்டுக்கு வந்துகொண்டிருக்கும்போது, அக்காவுக்குத் தொலைபேசியில் "நான் இப்போது வீட்டுக்குப் போய்க்கொண்டிருக்கிறேன்" என்றேன். அவர் "நேரே என்னிடம் வா, சாப்பிட்டுவிட்டுப் போகலாம்" என்று அழைத்தார்.

நான் இருந்த நிலையில் அக்காவின் அருகாமை மனதுக்கு மிகுந்த ஆறுதலைத் தரும் என்று தோன்றியதால், டாக்சியின் சாரதியிடம் அக்காவின் விலாசத்தைக் கொடுத்து அங்கு செல்லுமாறு கேட்டுக்கொண்டேன்.

டாக்சி நிறுத்தப்படுவதற்கு முன்பே அக்கா வாசலைக் கடந்து ஓடி வருவது தெரிந்தது. அவர் எனது பொருட்களை எடுத்துக்கொண்டு எனக்குப் பின்னே வந்தார்.

உணவு நேரம் வரையில் அக்காவுடன் உரையாடிக்கொண்டிருந்தேன். அக்கா மகளையும் அழைத்திருந்தார். அவள் வந்ததும் இறுக என்னை அணைத்துக்கொண்டாள். அவளின் அணைப்பு மிகவும் ஆறுதலாக இருந்தது.

நோயிலும் வலியிலும் உழலும் மனிதர்களுக்கு இன்னொரு மனிதனின் அருகாமை, அணைப்பு பெரும் ஆறுதலைக் கொடுக்கும் என்பதை நோயுற்றிருந்த காலங்களில் புரிந்துகொண்டிருக்கிறேன். மருந்துகளால் அந்தப் பாதுகாப்புணர்வை ஒருபோதும் தந்துவிட முடியாது. நோயுற்ற மனிதர்களுக்குத் தங்களின் வலிகளை இன்னொருவருடன் பேசிப் பகிர்ந்து ஆறுதலடைய வேண்டியிருக்கிறது. இப்படியான பொழுதுகளில் பேசுவதற்கேனும் எவரும் இல்லாத மனிதர்களின் நிலையை நினைத்துப் பாருங்கள். நோயுற்றிருந்த காலத்தில் கற்றுக்கொண்டவற்றில் முக்கியமானது நோயுற்ற மனிதர்களுக்குக் காதையும் தோளையும் கொடுக்க வேண்டும் என்பதாகும்.

அக்காவின் வீட்டில் எங்கள் மனங்கள் கனத்துக் கிடந்ததால், நாம் அதிகம் பேசிக்கொள்ளவில்லை. மதிய உணவுப் பொழுதும் அமைதியாகவே கழிந்தது.

மகளும் நானும் புறப்பட்டபோது அக்காவும் எங்களுடன் வந்தார். மிகுந்த அவலமான மன உணர்வுகளுடன் அமைதியின் கனதியுடன் அன்றைய மாலைப்பொழுது கடந்துபோனது.

மனம் நினைக்கும்போது தூக்கம் வருவது எத்தனை பாக்கியமானது என்பதை நோயுடன் கடந்த இந்த ஒரு வருடத்தில் புரிந்துகொண்டிருக்கிறேன். பல நாட்கள் கண்கள் மூடியிருக்க, மனமும் சிந்தனையும் விழித்திருந்திருக்கின்றன. இதைப்போன்று களைப்புக்கும் அசதிக்குமுள்ளாக்கும் விடயம் வேறு எதுவுமில்லை. தொடர்ச்சியாகப் பல நாட்கள் உறக்கமின்றிக் கழிந்திருக்கின்றன. அந்நேரங்களில் பாவித்த தூக்க மாத்திரைகளை எண்ணி மாளாது. தூக்க மாத்திரைகள் தனியே தூக்கத்தினை மட்டும் தருவதில்லை, மறுநாள் அவை தரும் அசதியில் இருந்து மீள்வது பெரும்பாடாக இருக்கும்.

அன்றிரவும் உறக்கம் வரவில்லை.

அன்றைய நாள் வந்த இரண்டு தொலைபேசி அழைப்புக்களின் தாக்கம் என் மன அமைதியைக் குலைத்துவிட்டிருந்தது. அவர்கள் இருவரும் எனது நண்பர்கள்தான். நான் சுகயீனமாக இருப்பதை அறிந்து தொலைபேசினார்கள்.

உரையாடல் சாதாரணமாக ஆரம்பித்து நோய்பற்றிய பேச்சுக்குள் நுழைந்தது.

“நீ இறந்துவிடுவாயா? இன்னும் எவ்வளவு காலம் இருக்கிறது என்று வைத்தியர் சொல்லியிருக்கிறார்? ஆனால் நீ சாகாமல் இருக்க வேண்டும். உனக்கு முடி கொட்டி, மெலிந்து, உருக்குலைந்து போவாய்” என்று அவர்கள் குறிப்பிட்டார்கள். இந்த உரையாடல் மூலம் புற்றுநோய் வந்தால் இறப்பு நிச்சயம் என்று அவர்கள் கணித்திருந்தை உணர்ந்தேன்.

ஏற்கெனவே தன்னம்பிக்கையை இழந்திருந்த நான் இந்த உரையாடலாலும் எனக்கு ஏற்பட்ட மரண பயத்தாலும் அதைச் சூழ்ந்த நினைவுகளாலும் அமைதியிழந்து தவிக்கலானேன்.

புற்றுநோய் வந்தால் இறப்பு நிச்சயம் என்னும் கருத்து எமது சமூகத்தில் இருக்கிறது. நோயுற்ற ஒருவருடன் அவரது மனதை உற்சாகப்படுத்தும் முறையில் உரையாடுவதே சிறந்தது. ஆனால் என்னுடன் உரையாடிய நண்பர்களுக்கு என்னைக் காயப்படுத்தும் நோக்கம் இருக்கவில்லை என்பதையும் நான் நன்கு அறிவேன்.

அன்றிரவு தூக்க மாத்திரை இன்றி உறங்க முடியவில்லை. அதன் காரணமாக மறுநாள் காலை பெருத்த அசதியுடன் விடிந்தது.

•

அத்தியாயம்
09

அந்நாட்களில் மகள் என்னைக் குழந்தைபோல் தாங்கிக்கொண்டாள். அன்று அவளே உணவு தயாரித்திருந்தாள். மகன் தனியே வாழத்தொடங்கிய காலத்திலிருந்து ஒவ்வொரு ஞாயிற்றுக் கிழமையும் அவர் எங்களுடன் இணைந்து மதிய உணவு உண்பது வழக்கம். அன்று ஞாயிற்றுக்கிழமை. மகன் வந்து என்னை அணைத்துக்கொண்டார். எல்லோரும் ஒன்றாக மதிய உணவு உண்டபோது இதுவா என் குழந்தைகளுடனான இறுதிப் போசனம் என்று மனம் அந்தரித்துக்கொண்டிருந்தது.

உணவு உண்டபடியே "வைத்தியசாலையில் எனது அக்காவின் பெயரையே எனக்குப் பொறுப்பானவர் என்று கொடுத்திருக்கிறேன்" என்றேன்.

"ஏன், நான் மூத்த மகன் இருக்கிறேன். நான் சின்னப் பிள்ளையும் இல்லை. எனது பெயரையல்லவா நீங்கள் கொடுத்திருக்க வேண்டும்?" என்றான் மகன். அவனுக்கு நான் அக்காவின் பெயரைக் கொடுத்திருப்பதில் சற்றேனும் உடன்பாடிருக்கவில்லை.

அவனது மன உணர்வுகளைப் புரிந்துகொள்ளக்கூடியதாக இருந்தாலும், அவனை அமைதிப்படுத்த முயன்று தோற்றுக்கொண்டிருந்தேன்.

"ஓம், உன் பெயரைக் கொடுத்திருக்கலாம்தான். ஆனால், இது பெண்கள்பற்றிய பல விடயங்களை உள்ளடக்கியவை. அதனால்தான்

அக்காவின் பெயரைக் கொடுத்தேன். தவிர, நீ பல வேலைகளில் ஈடுபடுபவன். உனக்கு நேரமிருக்காது" என்று சொன்னதை அவன் மனம் ஏற்றுக்கொள்ளவில்லை. "அம்மா! எப்பவும் எந்த நேரமும் உனக்காக உன்னருகில் நிற்பேன்" என்றபோது என்னால் அழுகையை அடக்க முடியவில்லை. மகளும் மகனும் என்னை அணைத்துக்கொண்டார்கள்.

அன்று குழந்தைகளும் கணவரும் வைத்தியசாலைக்கு என்னை அழைத்துச்சென்றனர். வழியெங்கும் யாரும் யாருடனும் பேசும் நிலையில் இருக்கவில்லை. மௌனமும் ஒரு சகபயணிபோல் எம்முடன் வந்துகொண்டிருந்தது. வைத்தியசாலையிலிருந்து அவர்கள் விடைபெற்றபோது, அனைவரும் உணர்ச்சிவசப்பட்டிருந்தோம்.

நோயுற்ற ஒருவருக்கு "இதுவும் கடந்துபோகும்..." என்று எளிமையாகச் சொல்லிவிடலாம். ஆனால், வாழ்க்கையில் எதிர்பாராமல் வரும் மோசமான சம்பவங்களைக் கடந்துவிடுவது அவ்வளவு சுலபமல்ல. பெரும் மனவுறுதி தேவைப்படுகிறது.

அன்று தனியே வைத்தியசாலையில் தங்கியிருந்தேன். எனக்கென்று தனி அறை தரப்பட்டிருந்தது. தொலைக்காட்சியில் கண்கள் லயித்திருந்தாலும் மனம் நாளைய சத்திர சிகிச்சையை நினைத்துக்கொண்டிருந்தது.

இரவு எட்டு மணிபோல் தாதியொருவர் என்னிடம் வந்து "இரத்தப் பரிசோதனைகள் செய்ய வேண்டும்" என்றார். இரத்தம் எடுக்கும் சந்தர்ப்பங்களை நான் விரும்பவதில்லை. ஒருவிதப் பய உணர்வு என்னைச் சூழ்ந்துகொள்ளும். எனவே, கையை நீட்டிக் கண்களை இறுகமூடிப் பல்லைக் கடித்துக்கொண்டிருந்தபோது, நுளம்பு குத்தியதுபோன்ற வலியுடன் ஊசியை ஏற்றி இரத்தத்தினை எடுத்தார்.

நோயுற்ற காலத்தில் பரிசோதனைக்கு எடுத்த இரத்தத்திற்கு அளவு கணக்கு இல்லை. பின்நாட்களில் இரத்தம் எடுப்பது தினசரி முகம் கழுவுவதுபோன்று சாதாரண நிகழ்வாகும் என்று நான் அப்போது நினைத்திருக்கவில்லை. சத்திர சிகிச்சைக்கு முன்பாகப் பல வைத்திய ஒழுங்குகளைப் பின்பற்ற வேண்டியிருந்தது.

நள்ளிரவின் பின் உணவு உட்கொள்வதற்கும் பாற்பொருட்களை அருந்துவதற்கும் தடைவிதிக்கப்பட்டு, அதற்கு முன்பாக நன்றாக உண்பதற்குக் கேட்டுக்கொள்ளப்பட்டேன். அன்று பாணும் சீஸும் உண்டேன்.

மலத்தினை வெளியேற்றிக்கொள்வதற்கு மருந்து தந்தார்கள். குதத்தின் ஊடாக அம்மருந்தை உட்செலுத்த வேண்டியிருந்தது. மிகவும் அசௌகரியமான அனுபவம் அது. மலம் வெளியேறியபின் ரோமங்களை அகற்றிக்கொள்ள அறிவுறுத்தப்பட்டேன். வெட்டுக் காயங்கள் ஏற்படலாம் என்பதால், பிளேட் பாவிப்பதற்குத் தடைவிதித்திருந்தார்கள். முடியகற்றும் சிறிய கருவியொன்று தரப்பட்டது. குளித்தபின் கிரீம், எண்ணெய்கள், வாசனைத் திரவியம், மேக்கப் போன்றவற்றைப் பாவிப்பதற்கும் தடைவிதித்திருந்தார்கள்.

இரத்த உறைவு ஏற்படும் சந்தர்ப்பங்களைக் குறைப்பதற்கான, இரத்தத்தின் அடர்த்தியைக் குறைக்கும் மருந்தும் தரப்பட்டது.

நாளை காலை எனது வாழ்வின் முக்கியமான நாளாக இருக்கப்போகிறது. மனம் ஒருவிதமான நிச்சயமற்ற தன்மையையும் பயத்தையும் உணர்ந்துகொண்டிருந்தது. இதயத் துடிப்பும் அதிகரித்துக்கொண்டிருந்தது.

கட்டிலில் படுத்திருந்தேன். மின்விளக்குகள் அணைக்கப்பட்டு எனது அறை இருளில் மூழ்கிக் கிடந்தது. பெரும் தனிமையை உணர்ந்தேன். கண்ணீர் வழிய "அம்மா, அம்மா…" என்று அழைத்தபடி அழுதுகொண்டிருந்தேன். அம்மாவின் மடியில் படுத்திருக்க வேண்டும் போலிருந்தது.

நோயுற்றபின் இன்றுவரை பெற்றோருடன் உரையாடவில்லை. இத்தனை பெரிய நோயுடன் அம்மாவையும் அப்பாவையும் எப்படி எதிர்கொள்வது? அவர்களுடன் உரையாடினால் உடைந்துவிடுவேன் என்பது மட்டும் தெரிந்திருந்தது. அது வயதான அவர்களுக்குத் துன்பத்தையும் வலியையும் தரும். அக்காவே அவர்களுக்குத் தேவையான அனைத்து விவரங்களையும் சொல்லிக்கொண்டிருந்தார். என்ன சொன்னார், என்ன சொல்லவில்லை என்பதையும் நான் அக்காவிடம் கேட்கவில்லை.

நான் ஆலயத்திற்குத் தொடர்ச்சியாகச் செல்பவள் இல்லை. அன்றிரவு வைத்தியசாலையில் படுத்திருந்த பொழுதில் மனது "என்ட ஒஸ்லோ முருகா, நாளைக்கு ஒபரேசன் நல்லபடியாக முடிந்தால் அடுத்த வருடம் உனது திருவிழாவின் அனைத்து நாட்களும் உன்னிடம் வருவேன்" என்று நேர்த்திக் கடன் வைத்துக்கொண்டேன்.

வாமன் அண்ணன் எமது குடும்ப நண்பரும் உறவினரும் ஆவார். அவர் ஒஸ்லோ முருகன் கோயிலின் நிர்வாகத்தில் தொடர்ச்சியாகப் பங்குகொள்பவர். நான் நோயுற்றிருந்த வருடம் அவரே தலைவராகவும் இருந்தார். எனக்குச் சத்திர சிகிச்சை என்று அறிந்தவுடன், கோயிலில் அர்ச்சனை செய்து, பிரசாதத்துடனும் அர்ச்சனை செய்த நூலொன்றுடனும் வந்து என்னைச் சந்தித்து ஆறுதல் சொல்லியிருந்தார்.

துன்பங்களின் போதும் வாழ்வு இருண்டு வழிதெரியாமல் நட்டாற்றில் விட்டதுபோன்று உணரும்போது மனிதர்களுக்கு இருப்பது இறைநம்பிக்கை மட்டுமே. அந்நேரங்களில் அந்த நூல் எனக்குத் தந்த நம்பிக்கையும் ஆறுதலையும் எவ்வாறு எழுதுவது என்று புரியவில்லை.

அன்றிரவு உறங்கினேனா இல்லையா என்பது நினைவில் இல்லை. அதிகாலை வரையில் சிந்தனைகள் கட்டற்று அலைந்துகொண்டிருந்தன.

●

அத்தியாயம்

10

மறுநாள் காலை தாதியொருவர் என்னை எழுப்பி ஆயத்தமாகுமாறு கேட்டுக்கொண்டதோடு, பல மாத்திரைகளையும் இனிப்பான பானமும் தந்தார். அவரது அன்பான கனிவான வார்த்தைகளும் கவனிப்பும் மனதுக்குத் தெம்பைத் தந்தன.

இன்னும் ஓரிரு மணிநேரங்களில் ஐந்து மணிநேரச் சத்திர சிகிச்சைக்கு உட்படுத்தப்போகிறார்கள். அதன்பின் கண் விழிப்பேன் என்பதற்கு எந்தவித உத்தரவாதம் இல்லை. இந்த உலகில் இருந்து விலகிப் போய்க்கொண்டிருப்பது போலான உணர்வு மனதினுள் அழுத்திக்கொண்டிருந்தது.

மகளும் மகனும் நினைவில் வந்தார்கள். அவர்கள் திருமணம் முடிக்கும் காலம் அதிகத் தூரத்தில் இல்லை. நான் நோர்வேக்கு வந்து எனது குழந்தைகளைப் பிரசவித்த காலத்தில், என்னருகில் எவரும் இருக்கவில்லை. அனைத்தையும் நானே செய்துகொள்ள வேண்டியிருந்தது. அந்நாட்களில் அப்படித்தான்.

அந்நாட்களில் பிரசவத்தின் பின் கிடைக்க வேண்டிய பெற்றோரின் அன்பும் ஆதரவும் வழிகாட்டலும் இன்றி, மிகுந்த சிரமத்துடனேயே பிரசவக் காலத்தினை அனைத்துப் பெண்களும் கடந்தார்கள்.

எனது குழந்தைகளுக்கு அப்படியானதொரு நிலை ஏற்பட விடக் கூடாது என்பதில் நான் மிகவும் கவனமாக இருந்தேன். என்னாலான

அனைத்தையும் செய்துகொடுக்க வேண்டும் என்று எனக்குள் ஆயிரம் திட்டங்களும் எண்ணங்களும் இருந்தன.

நான் இறந்துவிட்டால் குழந்தைகளுக்கு யார் உதவுவார்கள்? அவர்கள் படப்போகும் பாட்டை நினைத்து மனது குமைந்துகொண்டிருந்தது. ஏன் எனக்கு இப்படி நடக்க வேண்டும்? என்ன துன்பத்தை யாருக்குச் செய்தேன்? மனது கட்டுக்கடங்காது சுய இரக்கத்தில் மூழ்கிக் கிடந்தது.

மருத்துமனையின் ஊழியர் ஒருவர் வந்து என்னைக் கட்டிலுடன் தள்ளிச்சென்றார். அவருக்கும் எனது மகனுக்கும் ஒரே வயதிருக்கும். எனது மகனே என்னை அழைத்துப்போவதுபோல் உணர்ந்தேன். என் கட்டிலை ஒரு மண்டபத்தினுள் நிறுத்தியபின், அவர் விடைபெற்றுக்கொண்டார்.

என்னை அழைத்து வந்திருந்த இடத்தைப் பார்த்தேன். நீண்ட மண்டபம் போன்றதொரு அறை. அங்கு மேலும் ஐந்து கட்டில்கள் நிறுத்தப்பட்டு, ஒவ்வொன்றும் தனிப்பட்ட தடுப்புக்களால் மறைக்கப்பட்டிருந்தன. நாம் எவரும் எவருடனும் பேசிக்கொள்ளவில்லை. அனைவருக்கும் அன்று சத்திர சிகிச்சை நடைபெறவிருந்தது என்பதைப் பின்பு அறிந்தேன்.

நோய்மை பல மனிதர்களை மௌனிக்க வைத்துவிடுகிறது. பலரும் புற உலகைவிட்டுத் தமக்குள் ஒடுங்கிவிடுகிறார்கள். அவர்கள் தமக்குத் தாமே பேசிக்கொண்டும், தேற்றுதலைத் தேடிக்கொண்டும், அடுத்தது என்ன என்று காத்திருக்கிறார்கள். காத்திருத்தல் அவநம்பிக்கையை அதிகரிப்பதோடு பதற்றத்தையும் பயத்தையும் அதிகரிக்கும். நான் நோயுற்று உடல் தேறுவதற்காகக் காத்திருந்த நாட்களில்தான் இதனைப் புரிந்துகொண்டேன்.

நோயின் பாரதூரத்தை அறிந்திருந்த அந்த நாட்களில் நான் உயிருடன் இருக்கப்போகும் நாட்கள் அதிகமில்லை என்ற எண்ணமும் எனக்குள் தோன்றியிருந்தது. எனது இறுதிச் சடங்கினைத் திட்டமிடத் தொடங்கினேன். எனக்கு எவ்விதமாக இறுதி நிகழ்வு அமைய வேண்டும், மரண அறிவித்தல் எவ்வாறு எழுதப்பட வேண்டும், எனக்கு எந்தப் புடவையை அணிவிப்பது, என்னை எரிப்பதற்கான செயலியை (பொத்தான்) யார் அழுத்துவது என அனைத்தையும் திட்டமிட்டிருந்தேன்.

உணர்வுகள் என்னை மூழ்கடித்தபோது அவற்றிலிருந்து எவ்வாறு வெளியே வருவது என்று எனக்குத் தெரிந்திருக்கவில்லை. அழுகை ஒன்றே இதற்கு வடிகாலாக இருந்தது.

தாதியொருவர் என்னிடம் வந்து, "உனது சத்திர சிகிச்சையை ஒரு வைத்தியத்துறை மாணவி பார்ப்பதற்கு அனுமதியளிக்க விரும்புகிறாயா? ஆம் எனில், அதற்குரிய படிவத்தில் கையெழுத்திட முடியுமா" எனக் கேட்டார். கையெழுத்திட்டுக் கொடுத்தேன். அந்த மாணவி அன்றைய நாள் முழுவதும் என்னுடனே இருந்தார்.

இரண்டு தாதியர் என்னை அழைத்துச்சென்று அணிந்திருந்த உடைகளைக் களைந்து, பச்சைநிற உடையொன்றை அணிவித்து, என்னை மீண்டும் கட்டிலில் இருத்திச் சத்திர சிகிச்சை நடைபெறும் அறைக்கு அழைத்துப்போயினர்.

நான் மிகவும் களைத்தும் சோர்வுற்றுமிருந்தேன். மனம் உணர்ச்சிவசப்பட்டிருந்தது. சத்திர சிகிச்சை அறையினுள் பலர் நின்றிருந்தனர். அங்கிருந்த மின்குமிழ்கள் கண்களைக் கூசவைத்தன. அனைவரும் உற்சாகமாக என்னை வரவேற்றமை நொந்திருந்த மனதுக்கு ஆறுதலாக அமைந்தது.

அருகிருந்த கரும்பலகையில் எனது பெயர், பிறந்த திகதி, எனது அடையாள இலக்கம் என்பன எழுதப்பட்டிருந்தன. எனது சத்திர சிகிச்சைக்குப் பொறுப்பான மருத்துவர் கரும்பலகையில் இருந்த எனது விபரங்கள் சரியானவைதானா என உறுதிப்படுத்தக் கேட்டார். "ஆம்" என்று உறுதிப்படுத்தினேன்.

சத்திர சிகிச்சைக்கு வந்திருப்பவர் இவற்றை உறுதிப்படுத்துவதன் மூலம், மருத்துவர்கள் சரியான நபருக்கே சத்திர சிகிச்சையை வழங்குகிறார்கள் என்பதை உறுதிப்படுத்துவதற்கும் தவறான நபருக்குச் சத்திர சிகிச்சை நடைபெற்றுவிடக் கூடாது என்பதற்காகவுமே இந்த நடவடிக்கை என்றும் அறியக் கிடைத்தது.

எனக்குச் சத்திர சிகிச்சைக்கான வெள்ளைநிற உடைகளை அணிவித்த பின்னர், இரண்டு கைகளிலும் மருந்து செலுத்துவதற்குரிய ஊசியை உடலில் பொருத்தியபோது வலித்தது. அதனூடாக மருந்து செலுத்துவதற்குரிய ஆயத்தங்களைச் செய்தனர். எனக்கு மயக்க மருந்து தரப்போவதாக அறிவித்தார்கள்.

இன்னுமொரு மருத்துவர் வந்து நினைவிழக்கச் செய்யும் மருந்திற்குத் தானே பொறுப்பானவர் என்று தன்னை அறிமுகப்படுத்திக்கொண்ட பின்னர், எனது முதுகில் ஊசியொன்றை ஏற்றப்போவதாகச் சொன்னார். நான் சற்று முதுகை வளைத்துக் குனிந்து கொடுத்தேன். எனது கீழ் முதுகுப்புறத்தில் ஊசி ஏறுவதை உணர்ந்தபோது, வலியெடுக்க ஆரம்பித்தது. அதேநேரம், எனது கைகளிலும் மருந்து ஏற்றப்பட்டது. கண்கள் இருண்டன. தலைக்குள் கிர் கிர் என்று ஓர் உணர்வு தோன்றி மறைந்துகொண்டிருந்தது. நினைவு தப்பிக்கொண்டிருந்த பொழுதில், குழந்தைகளை நினைத்துக்கொண்டேன். அவர்களின் முகங்களை நினைவில் நிறுத்த முயன்று முயன்று தோற்றுப்போனேன். உணர்வை இழந்தேன். பலமணி நேரம் சத்திர சிகிச்சை நடைபெற்றது எனப் பின்பு அறிந்துகொண்டேன்.

யாரோ எனது கன்னங்களில் தட்டுவதுபோன்று உணர்ந்து கண்களை விழிக்க முயன்றேன். இமைகள் பாரமாக இருந்தன. கண்களைத் திறக்க முடியவில்லை. சற்றே திறந்த கண்ணின் ஊடாக அனைத்தும் மங்கலாகத் தெரிந்தன. மனிதர்கள் நடமாடுவது தெரிகிறது. பேசுவது கேட்கிறது. ஆனாலும் எதையும் முழுமையாக உணரும் நிலையில் நான் இருக்கவில்லை.

சற்று நேரத்தில் மீண்டும் யாரோ என் முகத்தைத் தொட்டுப் பேசுவது போலிருந்தது. கண்களைத் திறக்க முயற்சித்தேன். ஒரு தாதி என்னருகில் நிற்பது மங்கலாகத் தெரிந்தது.

எனது கட்டிலின் தானியங்கி இயந்திரத்தினால் தலைப்புறத்தைச் சற்று உயர்த்திய பின், எனக்குக் குளிரான இனிப்பான பானம் ஒன்று தரப்பட்டது. அதைக் குடிக்கும்போது தொண்டை வலித்தது. இருந்தாலும், அது மயக்கத்தினைச் சற்றுத் தெளிவடைய வைத்ததால் சுற்றாடலை நோக்கினேன். எனது சத்திர சிகிச்சை முடிந்து என்னை நோயாளருக்கான தீவிரக் கண்காணிப்புப் பிரிவுக்கு மாற்றியிருந்தனர். சுவரில் இருந்த மணிக்கூட்டைப் பார்த்தேன். நேரம் பின்மதியம் இரண்டுமணி. ஏறத்தாழ நான்கு மணிநேரச் சத்திர சிகிச்சை நடைபெற்றதாகப் பின்பு அறிந்துகொண்டேன். அதைவிட, மேலும் இரண்டு மணிநேரம் மயக்கத்தில் இருந்திருக்கிறேன்.

"ஏன் எனது தொண்டை வலித்துக்கொண்டிருக்கிறது?" என்று தாதியிடம் கேட்டபோது, "தொண்டைக்குள்ளால் குழாய்கள் பொருத்தப்பட்டிருந்தன. அதனால்தான் உனக்கு வலிக்கிறது" என்றார்.

உடலின் அனைத்துப் பாகங்களையும் அசைக்க முடிந்த எனக்கு, எனது கால்களை அசைக்கவோ அல்லது உணரவோ முடியவில்லை. அது எனக்குப் பெரிய பயத்தைத் தந்தது. எனக்குச் சத்திர சிகிச்சையினால் இடுப்பிற்குக் கீழே உணர்வுகளற்றுப் போய்விட்டதோ? என்று அஞ்சியதால் தாதியிடம் கேட்டேன். அவர் எனது கைகளைப் பற்றி "அப்படியொன்றும் இல்லை. இன்று மாலையே உனக்கு உணர்வுகள் திரும்பிவிடும். இப்போது விறைப்பு மருந்தின் தாக்கத்தில் இருக்கிறாய்" என்றார். மனம் சற்று அமைதியானாலும், உள்ளுக்குள் ஒரு பயம் இருந்துகொண்டே இருந்தது. இடையிடையே எனது கால்பகுதிக்கு உணர்வு வந்துவிட்டதா அன்பதை அறிந்துகொள்வதற்காகக் காலை அசைத்துப் பார்த்துக்கொண்டிருந்தேன்.

தாதியொருவர் வந்து இரத்த உறைவு ஏற்படாதிருப்பதற்கான ஊசியினை ஏற்றினார்.

சற்று நேரத்தில் என்னை நோயாளர் கண்காணிப்பு அறையில் இருந்து தனிப்பட்ட அறைக்கு மாற்றினார்கள்.

•

அத்தியாயம்

11

கால்களுக்கு உணர்வு திரும்பிக்கொண்டிருந்தது. எனது கால்களுக்கு ஒரு கணினியுடன் தொடர்புபடுத்தியிருந்த காலுறைகளை அணிவித்திருந்தார்கள். அது காலுக்கான இரத்த ஓட்டத்தினைத் தேவைக்கு ஏற்ற அளவில் கொடுத்துக்கொண்டிருந்தது. பெரும் களைப்பிலும் அசதியிலும் இருந்த எனக்கு அது ஆறுதலாகவே இருந்தது.

எனது தொலைபேசியைத் தந்து விரும்பியவர்களுடன் உரையாடலாம் என்றதும், நான் எனது மகனுக்கு பேஸ்டைம் (*Facetime*) மூலம் தொடர்பினை ஏற்படுத்தினேன்.

மகனுக்குத் தொலைபேசி எடுத்தபோது, அவர் ஒரு கூட்டத்தில் உரையாற்றிக் கொண்டிருந்திருக்கிறார். கூட்டத்தில் உரையாற்றுவதற்குத் தேவையான குறிப்புக்களைத் தொலைபேசியில் இருந்து திரையில் காண்பித்துக்கொண்டிருந்த நேரம், நான் வைத்தியசாலையில் இருந்து தொடர்புகொண்டிருக்கிறேன்.

நான் கட்டிலில் படுத்திருக்கிறேன். மூக்கில் குழாய்கள் பொருத்தப்பட்டிருக்கின்றன. இரண்டு கைகளுக்குள்ளாலும் மருந்து செலுத்தப்படுகிறது, தாதி என்னருகில் நிற்கிறார். இவற்றையெல்லாம் அந்தக் கூட்டத்தில் இருந்து அனைவரும் கண்டிருக்கிறார்கள். மகன் தொலைபேசியை எடுத்துக்கொண்டு வெளியே ஓடுவது எனக்குத் தெரிகிறது. “ஏன்டா ஓடுறாய்?” என்கிறேன். அவன் பதில் சொல்லாது ஓடிக்கொண்டிருந்தான்.

கட்டடத்திற்கு வெளியே வந்துநின்ற பின்புதான் உரையாடினான். தொலைபேசிக்கும் திரைக்குமான தொடர்பை நிறுத்துவதற்காகவே மகன் அப்படி வெளியில் ஓடிவந்தார் என்பதும் புரிந்தது.

மிகவும் உணர்ச்சிவசப்பட்ட உரையாடல் அது. இருவரும் அழுதோம். அடுத்து மகளுடன் பேசினேன். அதன்பின் அக்கா, மச்சாளுடன் கதைத்த பின்பு, தம்பி பாலனுக்கு எடுத்தேன்.

எத்தனையோ விடயங்களை மிக இலகுவாகச் செய்யும் அவனுக்கு, நான் நோயுற்ற நாளில் இருந்து என்னுடன் வழக்கம்போல் உரையாட முடியாது போயிருந்தது. சந்திக்கும்போது கண்களால் பேசிவிட்டு நகர்ந்துவிடுவான். இப்போது தொலைபேசியில் பேசியபோதும், அவனால் பேச முடியவில்லை. பெருவிரலைத் தூக்கிக் காண்பித்தபோது, அவனது கண்கள் கலங்கியிருந்தன. அந்தத் தொலைபேசி உரையாடல்களின்போது நாம் அனைவரும் அழுதோம். அழுகை எங்களுக்கு அவசியமாக இருந்தது. அது மகிழ்ச்சியின் அழுகை. வார்த்தைகளுக்கு இல்லாத கனதியும் உணர்வும் கண்ணீருக்கு உண்டல்லவா?

மாலையானதும் குடும்பத்தினருடன் அக்கா, மச்சாள் ஆகியோர் வந்தனர். அவர்களைக் கண்டது மனதுக்கு மகிழ்ச்சியையும் ஆறுதலையும் தந்தது. நாளை காலை ஒன்பது மணிக்கு எனக்குச் சத்திர சிகிச்சை செய்த மருத்துவர் வருவார் என்று சொல்லிப்போனார் ஒரு தாதி.

அன்றைய இரவு இன்னும் நினைவிருக்கிறது. கடும் மனப்போராட்டங்கள் சிந்தனைகளுடனான இரவு அது. நான் சுகப்பட்டுவிட்டேனா? புற்றுநோய் முற்றிலும் அகன்றுவிட்டதா? இனியும் வருமா? இல்லையா? சாதாரணமான வாழ்வு வாழலாமா என்று எண்ணிக்கையற்ற கேள்விகளுடன் கடந்துபோனது தூக்கமற்ற அந்த நீண்ட இரவு.

நள்ளிரவின்போது வலியெடுக்க ஆரம்பித்தது. வலி தாங்க முடியவில்லை. தாதியை அழைத்தேன். கடுமையான வலிநிவாரண மாத்திரைகள் தந்தார். எப்போது உறங்கினேன் என்பது நினைவிலில்லை.

•

அத்தியாயம்

12

மறுநாள் காலை வலியுடனேயே ஆரம்பித்தது. கட்டிலில் படுத்திருந்தேன். இப்போது வரப்போகும் மருத்துவர் என்ன சொல்லப்போகிறார் என்பதிலேயே மனம் அலைந்துகொண்டிருந்தது. நோய் சுகப்பட்டுவிட்டது என்றால் மகிழ்ச்சி. இல்லையென்றால் அதற்கும் மனதைத் தயார்ப்படுத்த வேண்டும் என்று நினைத்துக்கொண்டிருந்தேன்.

மருத்துவரும் ஒரு தாதியும் எனது அறைக்குள் வந்து என்னை எழும்பச் சொன்னார்கள். வலி மிகுந்திருந்தது. "என்னால் முடியாது" என்றேன்.

"நாம் இருக்கிறோம். எதற்கும் பயப்படாதீர்கள். நீங்கள் எழுந்திருப்பது முக்கியம். எனவே, எழுந்து நில்லுங்கள்" என்று கேட்டுக்கொண்டார் மருத்துவர். தாதியும் மனதுக்கு உற்சாகம் தரும் வார்த்தைகளைத் தந்தார். நானும் எப்போதும் சோம்பேறித்தனமாக அல்லது பஞ்சிபிடித்துக் கிடப்பவள் இல்லையாதலால், எழுந்திருக்க முயற்சிக்கலானேன். எழுந்து நின்று பிடித்துகொள்வதற்கு ஒரு தள்ளுவண்டில் போன்ற ஒன்றைத் தந்தார்கள். நடக்க முடியாதவர்கள் அதைப் பிடித்தபடி நடப்பதைக் கண்டிருக்கிறேன்.

நேற்றுக் காலை சத்திர சிகிச்சைக்கு முன் ஏறத்தாழ ஏழு மணிபோல் படுத்தவள் நான். அதன்பின் இதுவரை கட்டிலால் எழவில்லையே என்று நினைத்தபடி எழுந்து நின்றேன்.

கண்கள் இருட்டின. கால்கள் பலமிழந்தன. உடல் சரியத் தொடங்கியது. நான் விழித்தபோது என்னைக் கட்டிலில் கிடத்தியிருந்தார்கள். கட்டிலில் இருந்து விழுந்துவிடாதிருப்பதற்காகக் கட்டிலின் கரைகளை உயர்த்தி விட்டிருந்தனர்.

உனக்கு உடனடியாக இரத்தப் பரிசோதனை செய்யுமாறு கட்டளையிட்டார் மருத்துவர். செங்குருதி அணுக்களின் அளவு குறைந்திருப்பதாகப் பரிசோதனை அறிவித்தது. இரத்தம் ஏற்றுவதற்கு ஒழுங்கு செய்யப்பட்டு, தாமதிக்காது இரண்டு லீற்றர் இரத்தம் ஏற்றினார்கள்.

சிறுமியாய் இருந்த காலத்திலிருந்தே அம்மா என்னைத் தோடு, சங்கிலி இன்றி வெளியே அனுப்புவதில்லை. அந்தப் பழக்கம் இன்றுவரை தொடர்கிறது. சத்திர சிகிச்சைக்கு வரும்போது, உடலில் நகைகள் இருக்கவே கூடாது என்று அறிவித்திருந்தார்கள். அணிந்திருந்த நகைகளை அக்காவிடம் கழற்றிக் கொடுத்துவிட்டே வந்திருந்தேன்.

எனக்கு இரத்தம் ஏற்றிக்கொண்டிருக்கும்போது அக்காவும் மச்சாளும் அவருடன் மகளும் மகனும் வந்தார்கள். அக்கா தன்னுடன் எடுத்துவந்திருந்த நகைளை எனக்கு அணிவித்து எனது தலைமுடியையும் வாரி, அழகாகப் பின்னிவிட்டார். நான் என்னை ஒரு படம் எடுத்துக்கொண்டேன். குழந்தைகளும் படம் எடுத்துக்கொண்டார்கள். அவர்களின் மிக நெருங்கிய நண்பர்களுக்கு அனுப்பினார்கள். பல அன்பான, கனிவான, மகிழ்ச்சி தரும் வார்த்தைகள் பதிலாகக் கிடைத்தன.

எழுந்து நிற்பதற்கு முயன்றபோது நான் மயங்கியதன் காரணமாக என்னை ஒருநாள் ஓய்வெடுக்கும்படியும் சத்திர சிகிச்சைபற்றி நாளை சொல்வதாகவும் கூறிவிட்டு அகன்றார் வைத்தியர்.

வைத்தியரின் அறிக்கை என்ன சொல்கிறது என்பதை அறிய ஆவலுடன் காத்திருந்த எங்கள் அனைவருக்கும் அவரது பதில் பெருத்த ஏமாற்றத்தினைத் தந்தது.

சிறிது நேரத்தின்பின் அவர்களும் விடைபெற்றார்கள்.

அன்றைய இரவும் பலத்த சிந்தனைகளுடனும் எதிர்காலம் பற்றிய பயத்துடனும் கடந்தது. இரவு வலி நிவாரணி தந்தார்கள். தூங்கிப் போனேன்.

•

அத்தியாயம் 13

நான் இருபது ஆண்டுகளுக்கு மேலாக முதுமக்கள் பராமரிப்பு மனையில் வேலைசெய்து வருகிறேன். அங்கு அவர்கள் படும் பாடுகளைத் தினமும் கண்டும் அனுபவித்துமிருப்பதால், என்னை யாரேனும் பராமரிக்கும் நிலை வந்துவிடக் கூடாது என்னும் எண்ணம் எனக்குண்டு.

மறுநாள் காலை இரண்டு தாதிகள் என்னிடம் வந்து என்னைச் சுத்தப்படுத்திப் பராமரிக்கப் போவதாகச் சொன்னார்கள். உடனடியாகவே அதனை மறுத்து "நான் என்னைப் பராமரித்துக்கொள்வேன். எனக்கு அருகில் பாதுகாப்பாக நின்றால் போதுமானது" என்று கூறிவிட்டு, அவர்கள் அருகில் நிற்க, நான் என்னைச் சுத்தப்படுத்திக்கொள்ள முயன்றேன். எழுந்து நிற்க முடியாத வலியை உணர்ந்தாலும், என்னைத் திடப்படுத்திக்கொண்டு, சிரமப்பட்டு மெதுமெதுவாக என்னைச் சுத்தப்படுத்திக்கொண்டேன். தாதிகள் இருவரும் ஆச்சரியப்பட்டார்கள். அன்று மாலை எனக்குப் பொறுப்பானதாதி "நீ இன்று காலை உன்னைச் சுத்தப்படுத்திக்கொண்ட கதையைக் கேட்டேன். இந்தளவு பெரிய சத்திர சிகிச்சை செய்த யாரும் இதுவரை இப்படிச் செய்ததே இல்லை. உன்னைப் பாராட்டாமல் இருக்க முடியவில்லை" என்றபோது எனக்குள் உற்சாகம் ஊறியதை உணர்ந்தேன்.

அன்றும் அக்காவும் மச்சாளும் வந்தார்கள். சத்திர சிகிச்சை செய்த வைத்தியருடனான சந்திப்பிற்குக் குழந்தைகளும் வர விரும்பினார்கள்.

அவர்களுக்கு அது பதைபதைப்பான, பதற்றமான மனநிலையைத் தரும் என்பதால், நான் அதற்கு மறுத்துவிட்டேன். மச்சாள் டென்மார்க்கில் மருத்துவத் தாதியாகக் கற்றவர். நோர்வேயின் ஒஸ்லோவிலுள்ள பெரிய மருத்துவமனையில் பல ஆண்டுகளாக வேலை செய்பவர். அவரும் இந்தச் சந்திப்பில் கலந்துகொள்வதை நாம் விரும்பினோம். அவரும் விரும்பினார்.

மருத்துவரும் தாதியும் வந்தபின், எனது சத்திர சிகிச்சை பற்றிய கலந்துரையாடல் ஆரம்பித்தது. எனது நெஞ்சு அடித்துக்கொண்டது.

மருத்துவர் பேசத் தொடங்கினார்.

"உங்களது கருப்பைக்கருகில் உள்ள சூலகத்தில் இருந்த கட்டிகளில் புற்றுநோய் இருப்பது உறுதிசெய்யப்பட்டுள்ளது. நாம் அவற்றை அகற்றியிருக்கிறோம்."

மருத்துவர் அப்படிச் சொன்னபோது மச்சாளின் முகம் கலவரமடைந்ததை அவதானித்தேன்.

"உங்களது சூலகத்துடன் உங்கள் கர்ப்பப்பையும் நீக்க வேண்டியிருந்தது. அதற்கருகில் இருந்து கணையங்களையும் அகற்றியிருக்கிறோம். இடுப்பின் உட்பகுதியிலும் ஒரு இடத்திற்குப் புற்றுநோய் பரவியிருந்ததால், அப்பகுதியில் இருந்த சில இடங்களைச் சுரண்டி அங்கிருந்த நோய்ப் பரவலையும் அகற்றிவிட்டிருக்கிறோம்" என்றுவிட்டு எங்களைப் பார்த்தார்.

அனைவரும் அதிர்ச்சியில் இருந்து மீளவில்லை. என்ன செய்வது என்பதும் புரியவில்லை.

"உங்களுக்குரிய ஆபத்து இன்னும் நீங்கவில்லை. வயிற்றின் உட்பக்கத்தில் புற்றுநோய் பரவி இருந்ததால், நீங்கள் புற்றுநோய்க்கான கீமோதெரபி (Chemotherapy) சிகிச்சையை விரைவில் ஆரம்பிக்க வேண்டும்" என்றார்.

நான் மச்சாளின் கையைப் பற்றிக்கொண்டேன்.

வைத்தியர் எனக்கு நடந்த சத்திர சிகிச்சை பற்றிச் சொல்லிமுடித்தபோது கலங்கிப்போயிருந்தோம். ஆனாலும் எவரும் மனதின் பயத்தையும் கலவரத்தையும் ஏன் வெளியே காட்டிக்கொள்ளவில்லை என்பது இன்றுவரை எனக்குப் புரியவில்லை.

நான் கடுமையான நோயினால் பாதிக்கப்பட்டிருக்கிறேன் என்பது எனக்கு மெது மெதுவாகப் புலப்படலாயிற்று. மனது ஒரு சில நாட்களுக்குள் அதனை ஏற்றுக்கொள்ளும் நிலைக்கு மாறிக்கொண்டது.

வைத்தியருடனான உரையாடலின்பின் என்னுடன் சற்றுநேரம் இருந்துவிட்டு அக்காவும் மச்சாளும் புறப்பட்டார்கள்.

பிசியோதெரபி (*Physiotherapy*) சிகிச்சை வழங்குவதற்காக ஒருவர் வந்து கட்டிலில் படுத்திருந்தபடியே கை காலை அசைப்பது எப்படி என்று சொல்லித் தந்து சற்றுநேரம் எனக்குப் பயிற்றுவித்தார்.

மறுநாள் விடிந்தபோது நோர்வேயில் கோவிட் 19 பெருமளவில் தொற்றுவதால் முழுச் சமூகமும் மீண்டும் முடக்கப்படுவதாக அறிவித்தார்கள். இதன் காரணமாக வைத்தியசாலைக்குள் வெளியாட்கள் வர முடியாமல் போனது.

அன்று மாலை எனக்கு உணவு எடுத்து வந்திருந்த அக்காவைக் காவலர்கள் உள்ளே அனுமதிக்கவில்லை. அக்காவிடம் சென்று உணவைப் பெற்றுக்கொள்ள முடியாத நிலையில் இருந்தேன். வேறு எவரும் வெளியாட்களிடம் செல்ல முடியாது என்றார்கள். அக்கா, தான் கொண்டுவந்த உணவுடன் திரும்பிப்போக நேர்ந்தது.

நான் பெற்றோருடன் வாழ்ந்திருந்த காலத்தில் அக்கா திருமணமாகி நோர்வேக்கு இடம்பெயர்ந்திருந்தார். தம்பியும் இங்கு புலம் பெயர்ந்திருந்தான். எனக்குத் திருமணப் பேச்சுக்கள் ஆரம்பமாகியபோது பல நாடுகளிலும் இருந்தும் வரன்கள் கிடைத்த நிலையில், அம்மா ஒரு விடயத்தில் விடாப்பிடியாகவே நின்றார்.

“உன்ர அக்கா நோர்வேயில இருக்கிறா. நீ வேற ஒரு இடமும் போக ஏலாது. நோர்வேக்கு மட்டும்தான் போகலாம். உனக்கு என்னவும் என்றால் அவள்தான் பார்ப்பாள். நீயும் அவளுக்கு உதவியாக இருக்கலாம்.”

எனக்கு அந்நாட்களில் அந்த வார்த்தைகளின் ஆழம் புரியவில்லை. ஏறத்தாழ முப்பது வருடங்களின் பின், அம்மாவின் தீர்க்கதரிசனத்தை வியக்காமல் இருக்க முடியவில்லை. வாழ்வின் அனுபவத்தில் அவர் அந்த முடிவுக்கு வந்திருக்க வேண்டும் என்றே நினைக்கிறேன். அக்கா இல்லையேல் நான் இந்த நோயிலிருந்து மீண்டெழுந்திருக்கவே மாட்டேன். இதற்காக அக்காவுக்கும் அவரது குடும்பத்தினருக்கும் என்றென்றும் கடமைப்பட்டிருக்கிறேன்.

இதன்பின் எனது இரைப்பையில் நீர் சேர ஆரம்பித்தது. இதனால் வயிற்றுப் பிரட்டலும் வாந்தியும் ஏற்பட்டது. என்னால் எழுந்து நிற்கவோ நடமாடவோ முடியவில்லை. அதேவேளை, எனது உடலில் பொருத்தியிருந்த நோவினைக் குறைக்கும் இயந்திரத்தினை அகற்றத் திட்டமிட்டிருந்தனர்.

வைத்தியசாலையில் நோவின் அளவினைக் கணிப்பதற்காக 1 - 10 வரையிலான அளவீட்டினைப் பாவிப்பார்கள். 1 என்பது மிகக் குறைந்த வலி. 10 என்பது தாங்க முடியாத வலி. எனக்கு வலி 7 - 8 அளவில் இருந்ததால், அன்று அவர்கள் அந்த வலியைக் குறைக்கும் இயந்திரத்தினை அகற்றும் எண்ணத்தைக் கைவிட்டு, அதன் வேகத்தைக் குறைத்தமையினால் எனது வலி அதிகரித்தது.

தலைசுற்று, மயக்கம், குமட்டல், வாந்தி என்று என்னைப் பாடாய்ப் படுத்தி எடுத்தன. வாந்தி பச்சைநிறமான திரவத்தைக் கொண்டிருந்தது. அன்று குறைந்தது இரண்டு லீட்டருக்கும் அதிகமாக வாந்தி எடுத்திருப்பேன். எதைக் குடித்தாலும் அது வாந்தியாக வெளியே வந்தது.

அன்று பின்னிரவாகிய பின்னும் குமட்டலும் வாந்தியும் நிற்கவில்லை.

கோவிட் 19 தொற்றுத் தடுப்பு நடவடிக்கை காரணமாக என்னிடம் எவரும் வர முடியவில்லை. அது மனதைப் பெரிதும் பாதித்தது. நெருங்கியவர்கள் எவரும் அருகில் இருக்கவில்லை. இதுபோதாது என்று தொடர்ச்சியாக வாந்தியெடுத்துக் கொண்டிருந்தேன்.

அக்காவும் மச்சாளும் எனக்குச் சுகயீனம் ஆரம்பித்த நாட்களில் இருந்து என்னுடன் நிற்கிறார்கள். அவர்களுக்கும் ஓய்வில்லை. அவர்களும் என்னைப்போல் மனரீதியாகவும் உடல்ரீதியாவும் களைத்திருந்தனர்.

வாந்தி நிற்காமையினால் மருந்து தந்தார்கள். இரவு கடுமையான வலிநிவாரணியும் தந்தார்கள். இருந்தாலும், தூக்கம் அமையவில்லை.

முதன்முதலாகக் கடும் நோயாளியாக என்னை உணரத்தொடங்கியதால், அன்று இரவு வேலைக்குச் சென்றிருந்த மச்சாளை Facetime மூலமாகத் தொடர்புகொண்டு உரையாடினேன். அவர் மிகவும் களைத்திருந்தார். அவராலும் எனக்கு ஆறுதலைத் தரமுடியவில்லை. மரணபயத்திலிருக்கும்போது நோயின் வலியையும் சேர்த்துத் தாங்குவது என்பது பாதி மரணத்திற்கு ஒப்பானது என்பதை அதனை அனுபவித்தவர்களுக்கே தெரியும்.

மச்சாள் தாதியுடன் உரையாடினார். எனக்கு மனதை அமைதிப்படுத்தும் மருந்து தரப்பட்டது. அதன்பின் உறங்கிப்போனேன்.

வைத்தியசாலையில் தங்கியிருந்து ஐந்தாம் நாள் இரவுவரையில் தொடர்ச்சியான குமட்டலாலும் வாந்தியினாலும் மிகவும் களைப்புற்றிருந்தேன். காலையில் மருத்துவர் வந்து பார்த்துவிட்டு மூக்கின் ஊடாக ஒரு குழாயை இரைப்பையினுள் செலுத்தி அதனூடாக இரைப்பையிலிருக்கும் நீரை அகற்ற வேண்டுமென்று உத்தரவிட்டார். அந்தக் குழாயினைப் பொருத்துவதற்கு ஒரு தாதி அழைக்கப்பட்டார்.

அவர் எனது மூக்கின் ஊடாகச் செலுத்திய அக்குழாய் நேரே இரைப்பைக்குள் செல்லாது சுவாசப்பையின் வழியில் இறங்கிக்கொண்டதும், எனக்கு மூச்சுத் திணறியது. பேச்சு வரவில்லை. மிகவும் அந்தரித்தேன். பதறியபடி கையை ஆட்டி நான் அவதிப்படுவதைக் கண்டவர் என்ன நடந்திருக்கிறது என்பதை உணர்ந்து, அந்தக் குழாயினை வெளியே எடுத்தார்.

மீண்டும் முயற்சித்தபோது இப்போதும் அது சுவாசப்பையினுள்ளேயே இறங்கியது. மீண்டும் மிகவும் மூச்சடைத்து அந்தரிப்பான நிலையேற்பட்டது. இவ்வாறு மூன்று தடவைகள் முயற்சித்திருப்பார். அவரால் அதை இரைப்பைக்குள் செலுத்தவே முடியவில்லை. எனது மூக்குத் துவாரத்தின் உள்ளே இரைப்பைக்குச் செல்லும் குழாய் மிகவும் ஒடுங்கியிருந்ததே இதற்குக் காரணம் என்று பின்பு அறிந்துகொண்டேன்.

இரைப்பையினுள் நீர் சேர்ந்தபடியிருக்கிறது. வாந்தியெடுத்துக் களைத்துவிட்டேன். சத்திர சிகிச்சையின்போது எனது மார்பில் இருந்து கீழ்வயிறு வரையில் 36 தையல் இட்டிருந்தார்கள். இதன் காரணமாக ஒவ்வொரு முறையும் வயிற்றைப் புரட்டி ஓங்காளிக்கும்போது, நெஞ்சில் இருந்து வயிற்றுப் பகுதி முழுவதும் கடுமையாக வலித்தது. "என்னால் முடியாது" என்று களைத்துச் சரிந்தேன்.

உண்ணுமாறு பணிக்கப்பட்டேன். உங்களுக்கே தெரியும் வயிற்றைப் புரட்டிக் குமட்டும்போது உண்ண முடியாது என்று. "நீ எதுவும் உண்ணவில்லை. கட்டாயம் உண்ண வேண்டும்" என்று ஒரு யோகட் தந்தார்கள். ஒரு கரண்டி அளவு எடுத்து வாயில் வைத்ததும் எனக்குக் குமட்டியது. ஓங்காளித்துக்கொண்டிருப்பதைக் கண்ட ஒரு தாதி ஓடிவருவதற்கும் நான் வாந்தி எடுப்பதற்கும் சரியாக இருந்தது. அவர் வாந்தியைக் கையில் ஏந்தி வெளியே குப்பையினுள் கொட்டியதைக்

கண்டதும், நான் மிகவும் உணர்ச்சிவசப்பட்டேன். அவரோ அதைச் சாதாரணமாக எடுத்துக்கொண்டு, எனக்குத் தேவையான அனைத்தையும் செய்துதந்தார். அதிலும் நான் இந்நாட்டவளில்லை. நிறத்திலும் வேறுபட்டவள். நோயாளி என்பதைவிட, வேறு எதையும் அவர் சிந்திக்கவில்லை என்பதை உணர்ந்தேன். முதன்முறையாகத் தாதியர் தொழிலின் அர்ப்பணிப்பையும் சேவை மனப்பான்மையையும் நெருக்கத்தில் அனுபவித்த அந்தச் சம்பவத்தை ஒருபோதும் மறக்கமாட்டேன்.

●

அத்தியாயம்

14

நான் மிகவும் களைத்துவிட்டிருந்தேன். என்னால் மூக்குத் துவாரத்தின் ஊடாக ஒரு குழாயினைச் செலுத்துவதைத் தாங்க முடியவில்லை. இதனைக் கண்ட தாதி "இன்று இதனை மீண்டும் முயற்சிக்க வேண்டாம். நீ களைத்துவிட்டாய் மீண்டும் நாளைக்கு ஒருவரை அழைப்போம்" என்றார்.

மறுநாள், அந்தக் குழாயைப் பொருத்துவதற்காக விசேடத் தகைமையும் அனுபவமும் உள்ள ஒருவரை அழைத்தார்கள். அவர் வந்து முயற்சித்தார். அவராலும் முடியவில்லை. பின்பு அவர் எனது மூக்கில் இருந்து தொண்டைக்குச் செல்லும் வளைவான பகுதிபோன்ற அந்தக் குழாயைச் சுடுநீரில் பிடித்துப் பிடித்து வளைத்தெடுத்து உட்செலுத்த முயற்சித்தபோது அது இரைப்பையினுள் இறங்கியது. அக்குழாயில் ஒரு 'பம்ப்' (*Pump*) போன்றதொரு உபகரணத்தினைப் பூட்டி இரைப்பையினுள் சேர்ந்திருந்த நீரை வெளியேற்றினார்கள். நான் மிகவும் களைத்துவிட்டிருந்தேன்.

இரைப்பையினுள் நீர் சேர்ந்ததும் வயிற்றைப் புரட்டிக் குமட்டும். நான் தாதியை அழைத்துச் சொல்வேன். அவர் அந்தக் கருவியை இயக்கி நீரை வெளியேற்றுவார். வலி கொஞ்சம் குறையும், மீண்டும் இரைப்பையினுள் நீர் நிரம்பும் வரையில்.

அன்றைய நாளும் வலியுடனும் வாந்தியுடனும் கழிந்தது. எதையும் உண்ணவோ, குடிக்கவோ முடியவில்லை. பலவீனமாகிக்கொண்டிருப்பதை உணர ஆரம்பித்தேன்.

இரவு வலிநிவாரணியும் தூக்க மாத்திரையும் தந்தார்கள். இருப்பினும், ஆழ்ந்த தூக்கம் கிடைக்கவில்லை. நினைவு மங்குவதும் மீள்வதுமாக இருந்தது.

அம்மாவும் அப்பாவும் வீடும் ஊரும், வாழ்ந்துவிட்ட வாழ்வும் நினைவுக்கு வந்தன.

இலங்கையின் யாழ்ப்பாணத்திலுள்ள அரியாலையில் ஒரு சகோதரியுடனும் இரண்டு சகோதரர்களுடனும் கழிந்த பால்ய காலம் மிகவும் மகிழ்ச்சியானது. பாடசாலை, தோழிகள், டியூசன், விளையாட்டு என்று ஒரு சாதாரணமான வாழ்க்கையை வாழ்ந்துகொண்டிருந்தபோதுதான், ஊருக்குள் உலா வந்தது போர். அனைத்தும் சில மாதங்களுக்குள் மாறிப்போயின.

விடுதலை இயக்கங்கள் ஊருக்குள் இயங்கத் தொடங்கிய காலத்திலேயே அவற்றின்மீது பற்றும் ஆர்வமும் ஏற்பட்டிருந்தன. பதின்ம வயதில் அவ்வாறான மனநிலை யாருக்குத்தான் ஏற்படாது? இரத்தான நிகழ்வுகள், பகிஷ்கரிப்புகள், கூட்டங்கள் என்று ஆரம்பித்து விடுதலை இயக்கங்களுடன் நெருங்கிப் பழகிய நாட்களில்தான், திலீபனின் உண்ணாவிரதம் தொடங்கியது. வீட்டுக்குச் சொல்லாமலும் பாடசாலைக்குச் செல்லாமலும் உண்ணாவிரத மைதானத்திற்குச் சென்ற நாட்களில் வெளிநாடு செல்வோம் என்று கனவிலும் நினைத்திருந்ததில்லை.

பால்யத்திலேயே பிடிவாதமும் ஓர்மக் குணமும் உள்ளவளாக நான் இருந்தேன். அந்தக் குணம் இந்தக் கணம்வரையில் என்னுடன் நிழல்போல் வந்துகொண்டேயிருக்கிறது. அந்தப் பிடிவாதக் குணமும் ஓர்மமும் இல்லையேல் நான் இந்த நோயில் இருந்து மீண்டிருக்கமாட்டேன் என்றே நினைக்கிறேன்.

இயக்கம் சார்ந்த வேலைகளில் ஈடுபடுவதைக் கண்ட பெற்றோர், திருமணம் பேசத் தொடங்கினர். அக்காவும் தம்பியும் ஏற்கெனவே நோர்வேயில் இருப்பதால் நோர்வேயில் திருமணம் முற்றாகிற்று.

மனமுதிர்ச்சியற்ற ஒரு பெண்ணாய் வெளிநாடு புறப்பட்டு வந்து, திருமணம் முடித்து, இரண்டு குழந்தைகளுக்குத் தாயாகி, புதியமொழி கற்று, சுகாதாரத் துறையில் முதியோரைப் பராமரிக்கும் கல்வி கற்றுத் தேறி, நிரந்தரத் தொழில் பெற்று, வீடு வாங்கி, விளையாட்டுக் கழகத்தின் நிர்வாகத்தில் பதினைந்து ஆண்டுகளுக்கு மேலாகத்

தொடர்ந்து இயங்கி, எதையும் துணிந்து எதிர்கொண்டு, குழந்தைகள் வளர்ந்து தமக்கென்று ஒரு வாழ்வினை ஆரம்பிக்கும் நாட்களில்தான் எனக்குப் புற்றுநோய் வந்தது. வாழ்வினை அனுபவிக்கும் ஐம்பதுகளின் ஆரம்பத்தில் படுக்கையில் விழுவதைப் போன்ற துன்பம் வேறு எதுவாய் இருக்க முடியும்?

குடும்பத்தினர், உறவினர்கள், நண்பர்கள், தோழிகள், விளையாட்டு, கொண்டாட்டங்கள் என்று வாழ்வு மகிழ்ச்சியாக இருந்தபோதுதான் நோய்மை கனவிலும் நினைத்துப் பார்க்க முடியாதவாறு என்னை அடித்துப் போடுகிறது.

நோய்மையைப் போன்று வாழ்க்கையை முற்றிலும் உருக்குலைக்கக் கூடியது ஏதுமுண்டா? நிச்சயமாக இல்லை. நோய்மை எம்மைத் திடீரென்று ஓரிரு கணங்களுக்குள் பெருமழைக்கு இருட்டும் வானம்போன்று சூழ்ந்துகொள்ளக் கூடியது. நோய்மையின் தாக்கத்தினை இலகுவாகக் கடந்துகொள்வதற்கு மிகுந்த மனத்தைரியம் வேண்டும்.

நான் துணிந்த பெண் என்றே நினைத்திருந்தேன். இப்போதும் அந்த உணர்வு இருந்தாலும், நோய்மை என்னைப் பந்தாடி வீசிய பொழுதில், எனது நெஞ்சுரமும் தள்ளாடியது. “ஏன்... ஏன் எனக்கு இப்படி நடக்க வேண்டும்... யாருக்கு என்ன அநியாயம் செய்தேன்?” என்று கேட்டபடி தனிமையில் கிடந்து அழுது தீர்த்திருக்கிறேன்.

வாழ்வு எங்கள் எல்லோரையும் பந்தாடும். அதற்கு விதிவிலக்கு இல்லை. எனது வாழ்வும் உங்களது வாழ்வினைப் போன்று மகிழ்ச்சியும் துன்பமும் கொண்டதே. நான் துன்புற்ற வேளைகளில் மற்றையவர்கள் என்னைப் பரிதாபமாகப் பார்க்கக் கூடாது என்பதில் மிகவும் கவனமாக இருப்பேன். அது தன்மானத்தைக் கேள்விக்குரியதாக்கும் என்ற எண்ணம் எனக்குண்டு. எனது துன்பங்களை எனக்குள்ளேயே அடக்கிக்கொள்ள முயல்வது எனது குணம். துன்பமான நேரங்களிலும் உரத்த குரலும், பெருத்த சிரிப்பும், ஆட்டமும் பாட்டமுமாய் இருப்பேன். என் துன்பங்களை வெளியே நான் காட்டிக்கொண்டதில்லை.

அப்படியான என்னை இந்த நோய் மிக மோசமாக, ஈவிரக்கமின்றிப் புரட்டிப் போட்டது. என்னிடம் இருந்த சுயநம்பிக்கை முற்றிலும் அழிந்துபோய் அநாதரவான மனநிலையில் மாதக்கணக்கில் உழன்றிருந்தேன். நீண்டதும் ஆழமானதுமான மன அழுத்தத்தையும் நோயுடனேயே கடக்க வேண்டியிருந்தது.

அக்கா, தம்பி, தோழிகள், விளையாட்டுக் கழக நண்பர்கள், சுற்றம் என்று பலரும் எனக்குத் தந்த அன்பும் ஆதரவும் ஒத்துழைப்பும் உதவியும் இன்றேல் நான் இன்று இந்தளவுக்கேனும் மீண்டிருக்க முடியாது.

•

அத்தியாயம்

15

வைத்தியசாலையில் அனுமதிக்கப்பட்டு ஒரு வாரமாகியிருந்தது. அந்நாட்களிலும் இரவு நேரங்களில் நிம்மதியான உறக்கம் கிடைக்கவில்லை. மனம் நினைவுகளில் அலைந்துகொண்டிருந்தது.

ஒவ்வொரு நான்கு மணிநேரத்திற்கும் ஒருமுறை இரைப்பையில் சேரும் நீரைத் தாதி அகற்றிக்கொண்டிருந்தார். எனது இரண்டு கையிலும் மருந்து ஏற்றுவதற்கான குழாய்கள் பொருத்தப்பட்டிருந்தன. மூக்கின் ஊடாக ஒரு குழாய் இரைப்பையினுள் செலுத்தப்பட்டிருந்தது. தொண்டையின் உட்பாகத்தினுள் நாக்கினைப் பின்னுக்கிழுத்துத் தட்டிப்பார்த்தால், அக்குழாய் தட்டுப்பட்டு ஓங்காளித்தது. எதையும் விழுங்கும்போது அது அக்குழாயில் தடக்கிற்று. குழாய் பொருத்தப்பட்ட நாளில் இருந்து என்னால் உண்ணவோ குடிக்கவோ முடியவில்லை.

இதன் காரணமாக உடலில் நீரின் அளவு குறைந்துவிடும் என்று மருத்துவர்கள் அஞ்சினார்கள். இதற்காக எனக்கு நீர்ச்சத்து ஏற்றப்பட்டது.

என் எடையை அளந்து பார்த்தபோது யாரும் எதிர்பாராத அளவிற்கு அது குறைந்திருந்தது. நோயுறுவதற்கு முன்பாக அதாவது, இன்றைய தினத்திற்கு ஏறத்தாழ ஒரு மாதத்திற்கு முன் நான் 70 கிலோ எடையாயிருந்தேன். இன்று 56 கிலோவாக இருக்கிறேன்.

இதனைக் கண்ட மருத்துவர், அவசர அவரசமாக ஊட்டச்சத்துத் துறையில் சிறப்புத் தேர்ச்சி பெற்ற மருத்துவரை அழைத்தார்.

அவர் என்னை உண்ணுமாறு வற்புறுத்தினார். தொண்டைக்குள் இருந்த குழாய் உணவருந்தும் எண்ணத்தையே அகற்றிவிட்டிருந்தது. "நீங்கள் இந்தக் குழாயை அகற்றுங்கள் நான் உண்கிறேன்" என்றேன்.

இன்னும் மூன்று நாட்களுக்கு அதனை அகற்றவே முடியாது, அதன்பின் இரைப்பையில் நீர் சேர்வது குறைந்தால் அகற்றலாம் என்றனர்.

தொண்டைக்குள் குழாய் இருந்தமையினால் என்னால் உரையாட முடியவில்லை. இந்த நாட்களில் அக்கா, மச்சாளுடன் கதைக்க முடியாமல் போனது. மருத்துவருடனும் தாதியுடனும்கூட அதிகம் உரையாட முடியவில்லை. தொண்டை கரகரத்து அடைத்துக்கொண்டது. தொலைபேசி இருந்தமையினால் செய்திகளை எழுதிப் பரிமாறிக்கொண்டேன்.

உணவு உண்ணாமையினால் உடல் பலவீனமாகிக்கொண்டிருந்தது. ஆனாலும் என்னால் எதையும் உண்ண முடியவில்லை. தொண்டைக்குள் முள் மாட்டிக்கொண்டது போன்ற உணர்வை அக்குழாய் தந்துகொண்டிருந்தது.

மனம் களைத்துப் போனது. இயலாமையும் வலியும் என்னை மன அழுத்தத்தினுள் மூழ்கடித்தன. அழுவதைத் தவிர எதையும் செய்ய முடியவில்லை. அழுவதும் தேறுவதும், மீண்டும் அழுவதுமாயிருந்தேன். முற்றிலும் இயலாமற்போனது. சோர்ந்து வாடிப் போனேன். அம்மாவின் மடியில் விழுந்து அழ வேண்டும் போலிருந்தது.

ஊரில் எங்கள் வீட்டிலிருந்து புறப்பட்டு இடதுபக்கம் திரும்பி நடந்தால் கமலா வீட்டுச் சந்தி வரும். அதிலும் இடதுபக்கம் திரும்பி நடந்து பெருமாள் விஜியின் வீட்டையும் ரயில் பாதையையும் கடந்து சென்றால், அம்மாளாச்சிக் கோயில் (பிரப்பன்குளம் மகாமாரி அம்மன் கோயில்) வரும். இதுதான் எனக்குப் பிடித்தமான கோயில். ஊரிலிருந்த காலங்களில் அடிக்கடி செல்லும் கோயிலும் இதுதான்.

அன்றிரவு ஊர் நினைவுகளில் நனைந்துகொண்டிருந்தேன். இதே நாட்களில் அம்மாவும் அம்மாளாச்சிக் கோயிலுக்குப் பொங்குவதாக நேர்த்தி வைத்துக்கொண்டாராம் என்று பின்பு அறிந்துகொண்டேன். ஆச்சரியமாக இருந்தது.

அத்தியாயம்
16

எட்டாவது நாளின் மதியம்போல் உடல் சற்றுத் தேறியிருப்பதாய் உணர்ந்தேன். இரைப்பினுள் நீர் சேர்வது குறைந்து குமட்டலும் வாந்தியும் கட்டுக்குள் வந்திருந்தன. தாதியொருவர் வந்து பரிசோதித்தார். அவருக்கும் திருப்தியாக இருந்திருக்க வேண்டும். மருத்துவருக்கு அறிவித்தார். இரைப்பையினுள் செலுத்தப்பட்டிருந்த குழாய் அகற்றப்பட்டது. அந்த உணர்வை எப்படிச் சொல்வேன்? உங்கள் மூக்கு, அண்ணாக்கு, தொண்டைக் குழிக்குள் இருந்த பெரும் அடைப்பொன்றினை எடுத்துவிட்டது போலானது அது. அதனை அகற்றியதால் நிம்மதியாக உரையாடவும் முடிந்தது.

அக்காவுக்கும் மச்சாளுக்கும் தொலைபேசினேன். குழந்தைகளுடனும் கதைத்தேன். மனது உற்சாகத்துடன் இருந்தது.

எனக்குப் பொறுப்பான தாதியிடம் "நான் வீட்டுக்குச் செல்லலாமா?" என்று கேட்டபோது, அவர் "இல்லை, உனது உடற்கழிவுகள் தொடர்ச்சியாக வெளியேற ஆரம்பிக்கும் வரையில், வீடு செல்ல அனுமதிக்க முடியாது" என்றார். அது மட்டுமல்ல, கடந்த ஒரு வாரமாக நீ அசையவே இல்லை. கட்டிலில் படுத்திருந்திருக்கிறாய். நீ மெது மெதுவாக நடக்க வேண்டும். இவையிரண்டும் பிரச்சினைகள் இன்றி நடைபெற்றால் நீ வீடு செல்வதுபற்றி நாம் ஆலோசிக்கலாம்" என்றார்.

வீடு செல்வதாயின் என்ன செய்ய வேண்டும் என்று புரிந்ததால் தாதியை அருகில் நிற்குமாறு கேட்டுக்கொண்டு, எழுந்து நிற்க

முயற்சித்தேன். ஒரு வாரத்தின்பின் முதன் முதலாக எழுந்து நின்றபோது, சமநிலையைப் பேணுவது இலகுவாக இருக்கவில்லை. குழந்தைகள் தள்ளுவண்டிலைப் பிடித்தபடி தள்ளாடித் தள்ளாடி நடப்பதுபோன்று, ஒரு தள்ளுவண்டிலுடன் நடந்தேன். தாதியொருவர் எனக்கருகிலேயே நடந்து வந்துகொண்டிருந்தார். அன்று மாலைவரை எனது அறைக்குள்ளேயே நடந்தபோது மெது மெதுவாகச் சமநிலை அதிகரித்து, நிதானமாக நடக்க முடிந்தது. ஓய்வு எடுத்துக்கொண்டு மீண்டும் நடந்தேன்.

நான் அனுமதிக்கப்பட்டிருந்த மருத்துவமனையைச் சற்று உயரமான இடத்தில் அமைத்திருந்தார்கள். அங்கு எனது அறை மூன்றாம் மாடியில் இருந்தது. முதன் முதலாகத் தனியே தாதியின் உதவியின்றி எழுந்து நின்றேன். தடுமாற்றமின்றி நிமிர்ந்து நிற்கவும் நடக்கவும் முடிந்தது. உடலில் பொருத்தியிருந்த உபகரணங்கள், கருவிகள் இன்னமும் அகற்றப்படவில்லையாதலால், அவற்றையும் இழுத்துக்கொண்டு எனது அறையின் சாளரத்திற்கு அருகில் சென்றேன்.

ஒரு வாரத்தின்பின் முதன் முதலாக வெளியுலகைப் பார்க்கிறேன். எவரது உதவியும் இன்றித் தனியே நடக்க இயலுமாக இருப்பதால் சுயநம்பிக்கையும் மீண்டுகொண்டிருக்க, வெளியே கொட்டியிருந்த பனியும், அதன் காரணமாக வெள்ளையாய் மாறியிருந்த சுற்றாடலும் பெரும் அகக் கிளர்ச்சியை ஏற்படுத்தின.

எனது அறைக்கு வெளியே எட்டிப் பார்த்தேன். நீண்டதொரு விறாந்தை தெரிந்தது. மெது மெதுவாக நடக்க ஆரம்பித்தேன். அன்றுதான் முதன் முதலாக நடக்கும் குழந்தையின் குதூகலம் மனதைப் பற்றிக்கொண்டது. நான் நடந்த கட்டடத்தின் விறாந்தை ஏறத்தாழ 100 மீற்றர் நீளமாவது இருந்திருக்கும். அன்று மட்டும் குறைந்தது ஒன்பது தடவைகள் அத்தூரத்தை நடந்திருப்பேன்.

மனதுக்குள் உற்சாகம் திரும்பியிருந்தது. இழந்திருந்த நம்பிக்கை மீளவும் ஊறத்தொடங்கியிருப்பதாய் உணர்ந்தேன். நீண்ட பார தூரமான நோய்க் காலங்களில் நம்பிக்கையைத் தக்கவைத்திருப்பது இலகுவல்ல. தொடர்ச்சியான பரிசோதனைகளும் வைத்தியமும் சத்திர சிகிச்சைகளும் படுக்கையும் நம்பிக்கையை மெது மெதுவாக அழித்துவிடும். அதனை மீட்டெடுத்து மீதமிருக்கும் நோயின் காலங்களைக் கடந்துவிட்டால், மீண்டுவிடலாம். ஆனால், அது இலகுவான காரியமே அல்ல.

என்னால் அன்று இரவு உறங்க முடியவில்லை. வீடு செல்ல வேண்டும் என்ற கனவே மனமெங்கும் நிரம்பியிருந்தது. சாமம்போல் மனதை அமைதிப்படுத்தும் மாத்திரை தந்தார்கள். உறங்கிப்போனேன்.

வைத்தியசாலையில் அனுமதிக்கப்பட்டு ஒன்பதாவது நாள், காலையுணவாகப் பாணும் முட்டையும் வெள்ளைச் சீஸும் தந்தார்கள். ஏழு நாட்களின் பின் முதன் முதலாக உண்ணும் காலையுணவு இது. உண்ணும்போது படம் எடுத்துக் குழந்தைகளுக்கு அனுப்பினேன். நேற்றையைவிட உடலும் மனதும் தேறி இலகுவாக நடக்கவும் முடிந்தது.

சத்திர சிகிச்சை முடிவடைந்து எட்டு நாட்களாக நான் இதுவரை குளிக்கவில்லை. உடலை அவ்வப்போது ஈரத்துணியால் துடைத்துக்கொண்டேன். இருந்தாலும், தினமும் குளித்துப் பழகிய எனக்கு அது போதுமானதாக இருக்கவில்லை. உடல் அழுக்காய் இருப்பதுபோல, அருவருப்புணர்வை உணர்ந்துகொண்டிருந்தேன்.

தாதியை அழைத்து "நான் குளிக்க விரும்புகிறேன்" என்றபோது, தாராளமாக நீங்கள் குளிக்கலாம். ஆனால், நீங்கள் பலவீனமாக இருப்பதால், என்னை அருகிருந்து அவதானிக்க அனுமதிக்க வேண்டும்" என்றார்.

உடைகளை அகற்றியபோது சத்திர சிகிச்சையின்பின் இட்டிருந்த மருந்துக் கட்டு தெரிந்தது. அதனை அகற்றுவதற்குத் தாதி உதவி செய்தார். அன்றுதான் முதன் முதலாகச் சத்திர சிகிச்சையின் பின் எனது உடலைப் பார்க்கிறேன்.

எனது மார்பில் இருந்து அடிவயிறுவரை நீளமாக வெட்டப்பட்டுத் தைக்கப்பட்டிருப்பதுபோல் தெரிகிறது. எனது உடலின் நடுவே ஒரு பகுதியைப் பிளந்திருப்பது போன்றே உணர்ந்தேன். அதைக் கண்டதும் கண்கள் இருளத் தொடங்கின. பெரும் பயம் என்னைச் சூழ்ந்துகொண்டது. எந்தப் பெண்தான் தன் உடலில் காயங்களை விரும்புவாள்? காயங்களைக் கண்டதும் மனதுக்குள் பல உணர்ச்சிகள் ஓடின. உட்கார்ந்துகொண்டு சக்தியைத் திரட்டியெடுத்து மீண்டும் எழுந்து நின்று காயத்தினைப் பார்த்தேன்.

நீண்டதொரு கோடுபோன்று மார்புக்கு கீழ் ஆரம்பித்துத் தொப்புள்வரை சென்று, தொப்புளைச் சுற்றி அரைவட்டம் போன்று வெட்டப்பட்டு, தொப்புளுக்குக் கீழிருந்து நேராக அடிவயிறுவரை வெட்டியிருந்தார்கள். வெட்டுக் காயமும் தையற்காயங்களும் காயத்

தொடங்கித் தோல் கறுக்கத் தொடங்கியிருந்தது. எனது உடலில் இப்படியான காயங்கள் இதுவரை இருந்ததில்லை. இப்போதிருக்கும் வடுக்கள் இனி அழியப்போவதுமில்லை. எனது வாழ்நாள் முழுவதும் நான் இதைக் காவித்திரிய வேண்டும்.

இளஞ்சூடான நீர் தலையிலிருந்து வழிந்து காயத்தில் பட்டபோது உடல் கூசியது. மீண்டும் குனிந்து காயத்தினைப் பார்த்தேன். வயிற்றுப் பகுதி சின்னாபின்னமாக்கப்பட்டிருப்பது போன்றே இருந்தது. அழுகை முட்டிக்கொண்டு வந்தது. தாதி குளியலறைத் திரைக்கு மறுபக்கத்திலிருந்ததால் பெருஞ்சத்தமாக அழமுடியவில்லை. தண்ணீரும் கண்ணீரும் சேர்ந்து வழிந்துகொண்டிருந்தது.

குளித்துக் காயங்களுக்கு மருந்திட்ட பின், உடை மாற்றிக்கொண்டபோது உடலில் இருந்து பெரும் எடை குறைந்தது போன்ற புத்துணர்ச்சி வந்திருந்தது. தாதியை அழைத்து வீடு செல்ல விரும்புவதாகச் சொன்னேன். மருத்துவரிடம் உரையாடிவிட்டுச் சொல்வதாகச் சொன்னார்.

வீடு செல்ல அனுமதி கிடைத்தது. வீட்டில் என்னைப் பராமரிப்பதற்கும் அவசியமான ஊசியொன்றைப் போடுவதற்கும் தாதி ஒருவரை ஒழுங்கு செய்தனர். முதுமக்கள் இல்லத்தில் பயிற்றுவிக்கப்பட்டதாலும் அதுபற்றிக் கல்வி கற்றிருப்பதாலும் நானாகவே அந்த ஊசியைப் போட்டுக்கொள்வதற்கும் எனக்கு அனுமதி இருந்தது. இருந்தாலும், எனக்கு ஊசிகளின்மீது இருந்த பயத்தினால் நான் அதற்கு மறுத்தேன்.

இரத்தக் குழாயில் இரத்தம் கட்டியாவதைத் தடுப்பதற்காகவும், குமட்டலுக்கும், வலிநிவாரணத்திற்கும் மருந்தகத்தில் என்ன என்ன மருந்துகள் பெற்றுக்கொள்ள வேண்டும் என்றும் வேலைத்தலத்திற்குச் சுகயீன விடுப்புக் கொடுக்குமாறும் அறிவித்தார்கள்.

அக்காவுக்குச்செய்தி அனுப்பினேன். அக்காவும் அத்தானும் வந்தபோது, கொரோனாவின் காரணமாக அவர்கள் மருத்துவமனைக்குள் நுழைவதற்குள் அனுமதி மறுக்கப்பட்டது. எனது பொருட்களைத் தாதி ஒருவர் காவி வந்து அக்காவிடம் கொடுத்தார். மதியம் இரண்டு மணிபோல் வீட்டிற்குப் புறப்பட்டோம்.

வாகனம் குலுங்கினால் எனக்கு வலிக்கும் என்பதை அறிந்திருந்த அத்தான் மிகவும் கவனமாகவும் மெதுவாகவும் வாகனத்தைச் செலுத்தினார். நான் முன்னிருக்கையில் உட்கார்ந்திருந்தேன்.

•

அத்தியாயம் 17

வீட்டுக்கு வந்தபோது, மகள் அனைத்தையும் ஒழுங்குசெய்திருந்தாள். எனது அறைக்குள் படுத்திருந்தபடி அக்காவிடம் "எனக்குத் தாதி ஒருவரை ஒழுங்கு செய்திருக்கிறார்கள். அவர் இன்று மாலை வருவார்" என்றேன்.

"நானும் தாதியாகத்தானே வேலை செய்கிறேன். எல்லாவற்றையும் நானே செய்வேன். வேறு எவரும் தேவையில்லை" என்று கூறிவிட்டு, எனக்குப் பொறுப்பாக நியமிக்கப்பட்டிருந்த தாதிக்குத் தொலைபேசி, அவரின் வருகையை நிறுத்தினார் அக்கா.

நான் வீடு வந்ததை அறிந்த மகன் என்னுடன் வந்து தங்கிக்கொண்டார். இரண்டு குழந்தைகளும் என்னருகில் இருந்தது அந்நாட்களில் மனதுக்கு மிகுந்த தெம்பையும் மகிழ்ச்சியையும் தந்திருந்தது.

அக்காவும் என்னுடன் எனது அறையிலேயே தங்கியிருந்து அனைத்து உதவிகளையும் செய்துதந்தார். அந்த நாட்களில் வாந்தியெடுப்பது குறைந்திருந்தாலும், முற்றிலும் நின்றுபோயிருக்கவில்லை. வீட்டில் வாந்தியெடுத்தபோது குடும்பத்தவர்கள் அவற்றை முகம் சுழிக்காமல் சுத்தப்படுத்தினார்கள்.

அன்றிரவு எனது அருகில் உட்கார்ந்திருந்த அக்காவுடன் உரையாடிக்கொண்டிருந்தபோது அவர்,

"உனக்கு மார்புப் புற்றுநோய்க்கான பரிசோதனைகளைச் செய்வதற்குரிய அழைப்பு வந்திருக்கிறது. நாளைக்கு மருத்துவமனைக்குச் செல்ல வேண்டும்" என்றபோதுதான் நான் அதனை முற்றிலும் மறந்துபோயிருப்பது நினைவுக்கு வந்தது.

சற்று ஆசுவாசத்தை உணர்ந்திருந்த மனது மீண்டும் சுருங்கிப்போனது. பெரும் பயமும் பதற்றமும் ஏற்பட்டுச் சமநிலையைக் குழப்பின. மார்பகத்திற்கும் பரவியிருக்குமோ என்று கலவரப்படத் தொடங்கினேன். அக்கா எத்தனை ஆறுதலைச் சொன்னாலும் மனது அமைதிப்படவே இல்லை. அன்றிரவு மார்பகங்கள் அகற்றப்பட்டுவிடலாம் என்ற அச்சமும் என்னை ஆட்டத் தொடங்கியது.

நத்தார் தினத்திற்கு இன்னும் ஐந்து நாட்களே இருந்தன. மார்பகப் புற்றுநோய்க்கான பரிசோதனைக்காகச் சென்றுகொண்டிருந்தேன். தம்பி வாகனத்தைச் செலுத்திக்கொண்டிருந்தான். நான் முன்னிருக்கையிலும் அக்காவும் மச்சாளும் பின்னிருக்கையிலும் உட்கார்ந்திருந்தோம். எவரும் எவருடனும் பேசும் மனநிலையில் இல்லை. அனைவரும் புற்றுநோய் மார்புக்கும் பரவியிருக்கலாமா என்ற சந்தேகத்துடனும் பயத்துடனும் இருந்ததாகப் பின்பு குறிப்பிட்டார்கள்.

அன்று என்னை மருத்துவமனையில் ஒரு தாதி பொறுப்பேற்றார். அவர் வயதானவர். அவரது முகமும், நடையுடை பாவனைகளும், காண்பித்த கரிசனையும், சொற்களின் தேர்வும் நோயின் வலிகளை உறிஞ்சியெடுத்துப் பெரும் ஆறுதலைத் தரும் தன்மையானவையாக இருந்தன. ஒரு தாதியிடம் இருக்க வேண்டிய ஆறுதல்படுத்தும் குணம் அவரிடம் நிறையவே இருந்தது.

அவர் என்னைக் கண்டதும் தோளில் தடவி அணைத்து "ஒன்றுக்கும் பயப்படாதே, நான் 45 வருடச் சேவையின் பின் நாளையுடன் ஓய்வுபெறுகிறேன். உன்னைத்தான் எனது சேவைக் காலத்தில் நான் இறுதியாகக் கவனிக்கப்போகிறேன். உன்னைப்போல் எனக்கு ஒரு மகள் இருக்கிறாள். என்னை உன் தாயாக நினைத்துக்கொள். உனக்கு மார்பகப் புற்றுநோய் இல்லை. எனது சொற்களை நம்பு" என்றார்.

'அவரது வார்த்தைகள் அத்தனையும் சத்தியமானவை' என்று மனது கூறிற்று. நான் அவற்றை முழுமையாக நம்பினேன். இன்றுவரை நான்

எனது அம்மாவுடன் கதைக்கவேயில்லை. ஆனால் ஒருவர், தன்னை எனது தாய் என நினைத்துக்கொள் என்கிறார். அவரது தாய்மை நிறைந்த அன்பிலும் சொற்களிலும் நான் இத்தனை காலம் உணராத நம்பிக்கையை உணர்கிறேனே... என்ன அதிசயம் இது? காலத்தின் பல விடைதெரியாத கேள்விகளுக்குள் இதுவும் ஒன்றுபோலிருந்தது. அன்றை நாளின் பின் அவரை நான் சந்திக்கவேயில்லை. ஆனால், நோய்மை எனக்கருகில் அழைத்துவந்த பல நல்லுள்ளங்களில் அவரும் ஒருவர் என்பதில் ஐயமேயில்லை.

அந்தத் தாதியுடனும் மச்சாளுடனும் மருத்துவரிடம் சென்றேன். அவருக்குச் சத்திர சிகிச்சைக்குப் பின்னான அறிக்கை கிடைத்திருந்தது. எனக்குப் புற்றுநோய் மார்பகங்களுக்கும் தொற்றியிருக்கலாம் என்ற தொனியில் அறிக்கையில் குறிப்பிடப்பட்டிருக்கிறது என்றார்.

நான் முற்றிலும் உடைந்து போனேன். மச்சாள் என் கைகளைப் பிடித்துக்கொண்டார். தாதி அருகில் வந்து தோளணைத்துக்கொண்டார். உடல் குலுங்கியது. கண்ணீர் வழிந்தது. காதுகள் அடைத்துக்கொண்டன. யார் பேசியதும் எனக்குக் கேட்கவில்லை. மருத்துவரும் மச்சாளும் அந்த அறையும் எனது நினைவில் இருந்து மறைந்துபோய், நான் சாவின் வாசலை நோக்கி நடப்பது போலிருந்தது.

மருத்துவர் என்னை அழைத்து "இன்னும் சில நிமிடங்களில் உங்கள் மார்பகத்தில் இரண்டு பரிசோதனைகள் செய்யப்படும். அதில் முதலாவது கதிரியக்கப் படம் எடுப்பது. இரண்டாவதின்போது உங்கள் மார்பகத்தில் ஒரு துளையிட்டு ஒரு சிறு துண்டு எடுக்கப்படும். அந்தப் பரிசோதனை உங்களுக்கு மார்பகத்திலும் புற்றுநோய் இருக்கிறதா இல்லையா என்பதை உறுதிப்படுத்த உதவும். இவையிரண்டு பரிசோதனைகளும் ஆபத்தில்லாதவை" என்றார்.

நோர்வேயில் 50 - 69 வயது வரையிலான பெண்களுக்கு மார்பகப் புற்றுநோய்க்கான பரிசோதனை இலவசமாக முன்னெடுக்கப்படுகிறது. இதனை அனைவரும் பயன்படுத்திக்கொள்ள வேண்டும். இதில் வெட்கப்படுவதற்கோ சங்கோஜப்படுவதற்கோ எதுவுமில்லை. தனிப்பட்ட ரீதியில் 40 வயதுக்கு மேற்பட்டவர்கள் வருடாந்தம் இப்பரிசோதனையைச் செய்துகொள்ளுதல் நல்லது என்றே நம்புகிறேன்.

கதிரியக்கப் படம் எடுக்கப்பட்டபோது எனது கைகளை உயர்த்தச் சொன்னார்கள். வயிற்றுப் பகுதியில் இடப்பட்டிருந்த தையல்களால் கையை முழுவதுமாக என்னால் உயர்த்த முடியவில்லை. இதன் காரணமாக மிகுந்த வலியேற்பட்டது. கதிரியக்கப் படங்களை அவர்கள் விரும்பியவாறு எடுக்க முடியவில்லை. இதன் காரணமாக வேறுவிதமான பரிசோதனையை *(Ultrasound)* முயற்சித்துப் பார்க்க வேண்டியிருந்தது. அந்தப் பரிசோதனையைச் செய்தவர் மிகவும் அவதானமாகவும் மிகுந்த கரிசனத்துடனும் அதனைச் செய்தார். பலமுறை மீண்டும் மீண்டும் பரிசோதித்துவிட்டு, "உங்களுக்கு மார்பகத்தில் புற்றுநோய் இருப்பதற்குரிய அறிகுறிகளை இந்தப் பரிசோதனை காண்பிக்கவில்லை, ஆனால், நூறுவீதம் என்னால் உறுதியாகச் சொல்ல முடியாது. மார்பகத்தின் தசையைப் பரிசோதித்தபின் உறுதியாகச் சொல்லலாம்" என்றார்.

இதுவரை அனுபவித்திருந்த வேதனைகளின் நிமித்தம், என்னால் அவர் கூறிய சாதகமான விடயங்களில் கவனத்தைச் செலுத்த முடியவில்லை. பயம் ஒரு பாறாங்கல்லைப் போன்று முதுகில் குந்தியிருந்து கனத்துக்கொண்டிருந்தது. மார்பகத்தில் பரிசோதித்துவிட்டுப் புற்றுநோய் இருக்கிறதென்று சொல்லிவிடுவார்களோ எனப் பயந்தேன்.

இரண்டாவது பரிசோதனையைச் செய்வதற்காகத் தாதி வேறொரு அறைக்கு என்னை அழைத்துச் சென்றார்.

"உங்களுக்கு பையோப்சீ *(Biopsy)* பரிசோதனை செய்ய வேண்டும். ஊசிபோன்றதொரு கருவி இதற்குப் பயன்படுத்தப்படும். அது உங்களின் மார்பகத்தில் ஒரு நுண்ணிய துளையிட்டுச் சிறு தசைத்துண்டை எடுத்து வரும். அதனை நாம் உடற்கூறுப் பரிசோதனைக்கு அனுப்புவோம். அங்கு பல பரிசோதனைகள் மேற்கொள்ளப்பட்டு ஏறத்தாழ ஒரு வாரத்தின்பின் உங்களுக்கு உறுதியான பதில் கிடைக்கும்" என்றார் மருத்துவர்.

இவற்றைச் சொல்லிவிட்டு, "நீங்கள் இன்றே அந்தப் பரிசோதனையைச் செய்ய விரும்புகிறீர்களா? அல்லது வேறு ஒருநாள் செய்யப் போகிறீர்களா?" என்றார்.

என்னால் ஒரு முடிவையும் எடுக்க முடியாதிருந்ததால், நான் மச்சாளை நிமிர்ந்து பார்த்தேன். அவருக்கு எனது மனநிலை புரிந்திருக்க வேண்டும். "இண்டைக்கே இதை எடுப்போம் விஜியக்கா" என்றார்

அவர். உண்மையில் அதுவே சிறந்த முடிவு என்பதை இப்போது உணர்கிறேன். பரிசோதனையைப் பல நாட்களுக்குப் பின்போடுவதால் முடிவு பிந்தும். அதன் காரணமாக வீணான மனவுளைச்சலுக்கு நான்தான் உட்பட்டிருப்பேன்.

“இன்றே பரிசோதனையைச் செய்வோம்” என்றேன் மருத்துவரிடம்.

என்னைப் படுக்கவைத்தார்கள். மருத்துவர் பரிசோதனைக்கான கருவியை எடுத்துக் காண்பித்து விளக்கம் தந்தார். ‘அது சிறு ஒலியை எழுப்பும் என்றும் அதற்காகப் பயப்பட வேண்டாம்’ என்றும் நம்பிக்கையூட்டினார். இந்தப் பரிசோதனையின் முடிவு வருவதற்குக் குறைந்தது ஒரு வாரமாகலாம் என்றார்.

மச்சாள் எனது எனது தலைமாட்டில் நின்றுகொண்டு தலையைத் தடவி விட்டுக்கொண்டிருந்தார். வயதான அந்தத் தாதி எனக்கருகில் நின்றபடி எனது கையைப் பற்றியிருந்தார். மருத்துவர் எனது மார்பகத்தில் அந்தக் கருவியை வைத்து.

“நான் ஒன்று, இரண்டு, மூன்று சொன்ன பின் அழுத்துவேன். உங்களுக்கு அது வலியைத் தரும் ஆனால், ஓரிரு செக்கன்களில் அனைத்தும் முடிந்துவிடும். அடிவயிற்றில் இருந்து மூச்சை ஆழமாக இழுத்துவிடுங்கள். உடலை இறுக்காதீர்கள். ஒன்று… இரண்டு… மூன்று…” என்று எண்ணிக்கொண்டு கருவியை இயக்கினார்.

அது மார்பகத்தினுள் சென்றதும் எவரும் எதிர்பாராதபடி இரத்தம் வெளியே பிசிறியடித்தது. இதைக் கண்ட மச்சாள் மயக்க நிலையில் சரியத் தொடங்கினார். தாதி, அவரைத் தாங்கிக்கொண்டார். எனது தாடைப்பகுதி, கழுத்து, மார்பகங்கள், வயிற்றுப் பகுதியிலெல்லாம் இரத்தம் வழிய ஆரம்பித்தது.

எனக்கு என்ன நடக்கிறது? மருத்துவர் இரத்தம் சீறிய இடத்தை அழுத்திப் பிடித்தார்.

சற்று நேரத்தில் அனைத்தும் கட்டுப்பாட்டுக்குள் வந்தன. இரத்தக் குழாயில் இரத்தம் உறைந்து இரத்தோட்ட அடைப்புக்கள் ஏற்படாதிருப்பதற்காக எனக்குத் தரப்பட்ட மருந்து காரணமாகவே இப்படி ஆனது என்பதைப் பின்பு கண்டுபிடித்தார்கள்.

நீங்கள் இப்படியான நிலைக்குட்பட்டு, இரத்த உறைவினைத் தடுக்கும் மருந்து பாவிப்பவராக இருந்தால் அதனைப் பரிசோதனையாளருக்கு அறிவிப்பது அவசியம்.

அந்த வயதான தாதி மிகுந்த கவனத்துடன் வழிந்திருந்த இரத்தத்தினைச் சுத்தப்படுத்தி, மருந்திட்டு ஆறுதலாக உரையாடி நம்பிக்கையூட்டினார். "நான் உனக்குச் சொன்னதை நினைவில் வைத்திரு. உனக்கு மார்பகப் புற்றுநோய் இல்லை" என்று மீண்டும் கூறி முதுகில் தட்டித் தந்து தலையைக் கோதி அனுப்பினார். கண்கள் கலங்கியபடி "நன்றி" என்றபோது "நலமாவாய்... சென்றுவா மகளே!" என்றார்.

வெளியே வந்தோம். மச்சாள் உள்ளே நடைபெற்ற சம்பவத்தில் இருந்து தேறியிருந்தார். நான் வெளியே வருவதைக் கண்ட அக்கா ஓடிவந்து "என்ன சொன்னார்கள்?" என்று கேட்டார்.

பதில் கிடைக்க ஒரு வாரமாகும் என்றபோது அவரும் எங்களைப்போல் உற்சாகமிழந்துபோனார். அக்காவை மச்சாள் அணைத்துக்கொண்டார். அக்கா அழுவது தெரிந்தது. என்னால் அவ்விடத்தில் நிற்க முடியவில்லை. நான் அவர்களைக் கடந்து வெளியே வாகனத்தில் உட்கார்ந்திருந்த தம்பியிடம் வந்தேன்.

வீட்டுக்கு வரும்போதும் எவரும் எதையும் பேசிக்கொள்ளவில்லை. நல்ல பதிலை எதிர்பார்த்திருந்த குழந்தைகளும் ஏமாற்றத்திற்குள்ளானார்கள். வீடு களையிழந்து போனது.

•

அத்தியாயம் 18

அன்று மகன் உணவு தயாரித்துத் தந்து என்னுடனேயே இருந்தார். நான் வைத்தியசாலையில் இருந்து வீட்டுக்கு வந்துவிட்டதை அறிந்து பலரும் தொடர்புகொண்டு பேசினார்கள். சுகம் விசாரிக்க வந்தார்கள். எங்கள் விளையாட்டுக் கழகத்தின் நிர்வாகத்தினர்களும் வந்துபோனார்கள்.

வாழ்வு எனக்குப் பல நண்பர்களைத் தந்திருக்கிறது. எல்லா நட்புகளைப் போலவும் காலாகாலத்திற்குச் சிலர் நெருங்கியும் தள்ளியும் இருந்திருக்கிறார்கள். நானும் அவர்களுக்கு அப்படி இருந்திருக்கிறேன். காலப்போக்கில் சற்று இடைவெளி விழுந்துவிட்ட நட்புகள்கூட நான் நோயுற்றிருக்கிறேன் என்பதை அறிந்தபின், தேடிவந்து நட்பினைப் புதுப்பித்துக்கொண்டதில் மிகவும் நெகிழ்ந்து போனேன். இனிவரும் காலங்களில் நட்புகளைப் பெரிதும் பேண வேண்டும் என்ற எண்ணத்தினை அவர்கள் எனக்குள் உருவாக்கிவிட்டிருக்கிறார்கள். நல்ல நண்பர்களைப் பெற்றிருப்பதும் வாழ்வின் செல்வங்களில் ஒன்று என்பதை இந்த நோய்க் காலத்தில் அறிந்துகொண்டேன்.

ஆரம்பத்திலிருந்து இன்றுவரை என்னை மிக நெருக்கமாக நினைத்துப் பழகுபவர்களும் இருக்கிறார்கள். அப்படியானவர்களில் முக்கியமானவர்கள் சுகி அக்காவும் பாமினி அக்காவும். அரியாலையில் வாழ்ந்திருந்த காலத்திலிருந்து இவர்களை அறிவேன். நோர்வேக்கு வந்தபின் எங்களுக்கு இடையிலான நட்பு மிகவும் ஆத்மார்த்தமானதாக மாறிவிட்டிருக்கிறது.

நான் நோயுற்றபின் சுகி அக்காவும் பாமினி அக்காவும் என்னை மிகவும் கரிசனையுடன் பார்த்துக்கொண்டார்கள். தினமும் தொலைபேசியில், ஆறுதல் வார்த்தைகளாகக் கதைப்பார்கள். எனக்காக உணவு தயாரித்து எடுத்துவருவார்கள். நோய்க் காலத்திலும் அதன்பின்பு நான் தேறிக்கொண்டிருந்த காலத்திலும் இவர்களது அன்பும் அக்கறையும் நான் மீண்டெழுவதற்கு மிகவும் உதவின.

ஆண்டுதோறும் நத்தார் தினத்தன்று எமது குடும்பத்திற்கு நெருக்கமான குடும்பங்கள் எங்கள் வீட்டில் ஒன்றுகூடுவது வழக்கம். நான் நோயுற்றிருப்பதால் இந்த வருடத்து நத்தார் விருந்துபற்றி இதுவரை நாம் கதைத்துக்கொள்ளவில்லை. சிரமப்படுவேன் என்பதால், இம்முறை அந்த விருந்தைத் தள்ளிப்போடுவதாகப் பேசிக்கொண்டபோது, "இல்லை, அந்த விருந்தில் அனைவரையும் நான் சந்திக்க வேண்டும்" என்றேன். எனது விருப்பத்தை அவர்கள் ஏற்றுக்கொண்டு நத்தார் தினத்தன்று விருந்திற்கு வந்திருந்தார்கள்.

தம்பி உணவுக்குப் பொறுப்பேற்றிருந்தான். அக்காவும் அத்தானும் வீட்டினை அலங்கரித்தனர். அன்றைய மாலைப் பொழுது மிகவும் மகிழ்ச்சியாக அமைந்திருந்தது.

என்னால் அதிக நேரம் தாக்குப் பிடிக்க முடியவில்லை. களைத்துப்போய் எனது அறைக்குள் சென்று படுத்துக்கொண்டேன். என்னைக் காணவில்லையே என்று அக்காவின் இளைய மகன் தேடிவந்து என்னை அழைத்துப்போனான். என்னால் முடியாவிட்டாலும் அவனது அன்புக்காக எழுந்து சென்றேன். சிறு சிறு விளையாட்டுகள் விளையாடியபடியே நேரம் கடந்துபோனது.

எங்கள் பிள்ளைகள் மற்றையவர்களின் பிள்ளைகளுக்கும், அவர்கள் எங்கள் பிள்ளைகளுக்கும் நத்தார்ப் பரிசுகள் வழங்குவார்கள். பெரியவர்கள் அப்படிப் பரிசுகளைப் பரிமாறிக்கொள்வதில்லை.

விருந்து முடிந்ததும் இந்த நோய்க் காலத்தில் உதவிய நெருங்கிய நண்பர்களுக்கு நன்றி தெரிவித்து உரையாற்ற விரும்பியிருந்தேன். அப்போது அவர்களுக்கு வழங்குவதற்கென்று பரிசுகளும் வாங்கியிருந்தேன்.

எல்லோரையும் அழைத்து உட்காரவைத்து, உரையாற்றத் தொடங்கியபோது வார்த்தைகள் தொண்டைக்குள் சிக்கிக்கொண்டன. கண்ணீரே தாராளமாக வழிந்தது. தெளிவில்லாத வார்த்தைகளுடன்

தடுமாறுகையில், அக்கா வந்து "இப்ப இதொன்றும் தேவையில்லை" என்று அணைத்துக்கொண்டார். அதன்பின் என்னால் நின்றுபிடிக்க முடியவில்லை. ஏறத்தாழ அதிகாலை மூன்றரை போல் அக்கா கைத்தாங்கலாக என்னை அழைத்துச்சென்று படுக்கவைத்தார்.

நத்தார் விடுமுறையால் வைத்தியசாலையின் சேவைகள் மட்டுப்படுத்தப்பட்டிருந்தன. எனது தையல்களை அகற்றுவதற்கு மச்சாள் முன்வந்தார்.

அவர் அனைத்துத் தையல்களையும் மிகவும் கவனமாக அகற்றியபோது பயத்தில் ஓரிருமுறை நான் கத்தினேன். இப்படி நடக்கலாம் என்பதை உணர்ந்தே மகளையும் மகனையும் வெளியே அனுப்பியிருந்தேன்.

சத்திர சிகிச்சையினால் உருவாகியிருந்த நீளமான வெட்டுக் காயம் ஆறியிருப்பதைக் கண்ணாடியில் பார்த்தேன். பெருங்காயங்களையும் குறுகிய காலத்தில் செப்பனிட்டுக்கொள்ளும் உடலின் சக்தி ஆச்சரியமானதுதான். இந்தக் காயத்தைப் போலவே புற்றுநோய்த் தாக்கமும் இருக்குமா? சிந்தனையோடியது.

நத்தாருக்குப் பின்பான நாட்கள் சற்று ஆறுதலாகக் கழிந்தன.

●

அத்தியாயம்

19

அந்நாட்களில், எனக்கு வைத்தியசாலையிருந்து ஒரு கடிதம் வந்திருப்பதாகவும் கடந்த முறை, தான் வைத்தியசாலையின் கடிதத்தை எடுத்துவந்தபோது அது மோசமான செய்தியை உள்ளடக்கியிருந்தமையினால் இம்முறை அதனை எடுத்துவரும் சக்தி தனக்கு இல்லை என்றும் கூறினார் ஹரி.

அவரது அந்தரிப்பான மனநிலையைப் புரிந்துகொண்டேன். இந்தக் கடிதமும் முன்னைய கடிதத்தைப்போல் இருந்துவிட்டால் என்று அவர் அஞ்சுவது புரிந்தது.

உண்மையில் அவரைவிட நானே அதிகம் அஞ்சினேன் என்பதே உண்மை. வைத்தியசாலையில் இருந்து கடிதம் வந்திருக்கிறது என்றதுமே நெஞ்சு நடுங்கத் தொடங்கியது. மார்பகப் புற்றுநோய்ப் பரிசோதனையின் முடிவு வந்திருக்கிறது என்பதைப் புரிந்துகொண்டேன்.

அக்கடிதத்தை எடுப்பதா இல்லையா? மனப்போராட்டத்தில் சில நிமிடங்கள் கழிந்தன. நெஞ்சு தட தடவென அடித்துக்கொண்டது. பதற்றப்பட்டேன். மீளவும் அந்தகாரம் மனதைச் சூழ்ந்துகொண்டது.

மனதைத் திடப்படுத்திக்கொண்டு எழுந்தேன். தபால்பெட்டிக்கு அருகில் செல்லச் செல்ல எனது இதயத் துடிப்பு அதிகரித்தது.

ஹரி “வைத்தியசாலையிலிருந்து கடிதம் வந்திருக்கிறது” என்று சொன்னதற்கும் நான் அக்கடிதத்தை வாசிப்பதற்கும் இடையில் அதிக

பட்சம் நாலைந்து நிமிடங்கள் ஆகிருக்கலாம். ஆனால், அவைதான் எனது வாழ்வில் நான் கடந்த நீண்ட நிமிடங்கள். ஒவ்வொரு செக்கனும் ஒரு மணிநேரம் போன்றிருந்தது.

வெள்ளை நிறக் கடித உறையில் வைத்தியசாலையின் பெயர், விலாசத்துடன் எனது பெயர் விலாசமும் எழுதப்பட்டிருந்தன.

விரலைக் கடித உறையின் மேற்பக்க இடைவெளியில் இட்டு இழுக்க முற்பட்டேன். "இதில் உனக்கு மார்பகப் புற்றுநோய் இருக்கிறது என்றிருந்தால் என்ன செய்வாய்? ஒரு மார்பகத்தில் மட்டுமா? அல்லது இரண்டிலுமா? எந்தளவுக்குப் பரவியிருக்கும்? சுகப்படுத்திக்கொள்ள முடியுமா?" என்று மனது அடித்துக்கொள்ள விரலைக் கடித உறையின் மேற்பக்க இடைவெளியில் நுழைத்து இழுக்க முற்பட்டேன்.

பின், கடித உறையினை மேசையில் வைத்தேன்.

'விஜி, நிதானத்திற்கு வா. கடிதத்தை நீ இன்னும் உடைக்கவில்லை. அங்கு என்ன எழுதியிருக்கிறது என்பது உனக்குத் தெரியாது. வீணே மனதை அலட்டிக்கொள்ளாதே' என்றது மனது.

'உனக்கு மார்பகத்தில் புற்றுநோய் இருக்கிறது' என்றது சாத்தான் மனது.

மனதைத் திடப்படுத்திக்கொண்டேன். உறையை உடைத்துக் கடிதத்தை வாசித்தபோது நோய்பற்றிய விபரத்தைக் காணவில்லை. நான் எதிர்பார்க்கும் பதில் கண்ணில்பட வேண்டும் என்று மனது அடித்துக்கொண்டது. பந்தி பந்தியாக இருந்த சிறிய எழுத்துக்களில் "உங்களுக்கு மார்பகப் புற்றுநோய் இல்லை" என்று எழுதியிருக்க வேண்டும் என்று விரும்பினேன். எனது பதற்றத்தின் காரணமாக அப்படி எதுவும் கண்ணிற்படவில்லை.

கண்ணை மூடிச் சக்தியைத் திரட்டிக்கொண்டு ஒவ்வொரு சொல்லாக வாசித்தேன்.

"எமது பரிசோதனைகளின் அடிப்படையில் உங்களுக்கு மார்பகப் புற்றுநோய்க்கான அறிகுறிகள் இல்லை" என்று எழுதியிருந்ததை வாசித்து, அதன் அர்த்தத்தை மூளை கிரகித்தபோது, எனது உடலின் எடை பாதியாகக் குறைந்து, நான் காற்றில் மிதப்பதுபோல் உணர்ந்துகொண்டிருந்தேன்.

வாழ்வின் அதியுச்சமான மகிழ்வினைத் தந்த செய்தி அது.

உயிர்க்கொல்லி நோய்கள் வாழ்வின் பல விடயங்களை மிகச் சாதாரணமாகக் கேள்விக்குறியாக்கி விடுகின்றன. உதாரணமாக "எது மகிழ்ச்சி?"

நாம் கடந்துவந்த கொண்டாட்டங்களா? விழாக்களா? முதற்காதலா? திருமணமா? குழந்தைகளின் பிறப்பா? அல்லது உயிர்ப்பயத்தை அகற்றும் ஒரு சிறு சமிக்ஞையா?

உயிர்ப் பயத்தைக் கண்முன் நிறுத்தும் நோய்மைகளைக் கடந்துபோகாதவர்களால், மேற்சொன்னதன் இறுதிக்கூற்றைப் புரிந்துகொள்ளவே முடியாது. வாழ்வின் அர்த்தமற்ற அனைத்தும் அவர்களுக்கு முக்கியமாகத் தோன்றும் என நினைக்கிறேன். கடந்த ஒரு சில வாரங்களுக்கிடையில் மரணத்தை அருகில் கண்டுவிட்ட எனக்கு வாழ்வின் மகிழ்ச்சி எதுவென்பது மிகத் தெளிவாகவே புரிந்தது.

அந்தக் கடிதம் வாழ்வதற்கான ஒரு நம்பிக்கையைத் தந்தது.

அடுத்து வந்த நாட்களில் சுகம் விசாரிப்பதற்காய் வீடு வந்த நண்பர்களின் எண்ணிக்கை பெருமளவில் அதிகரித்தபோது மகள் சற்றுக் குழம்பிப் போனாள். கோவிட் 19 இன் தொற்று நோர்வேயில் அதிகரித்திருக்கும்போது ஒரு விதக் கட்டுப்பாடுமின்றி உங்களைப் பார்க்க வருபவர்களை அனுமதிக்க முடியாது என்றும் வீட்டின் வாசலில் 'விருந்தினர் வருகையைத் தற்போது விரும்பவில்லை' என்று ஒரு பதாகையை வைக்கப்போவதாவும் சொன்னாள்.

எனக்கு அவளின் கருத்துடன் ஒன்றிப்போக முடியவில்லை. நண்பர்களின் வருகையையும் அருகாமையையும் நான் விரும்பினேன். எனவே, "என்னிடம் வருபவர்களை நீ தடைசெய்ய முடியாது" என்றபோது நாம் இருவரும் முரண்பட்டுக்கொண்டோம்.

இறுதியில் விருந்தினர்கள் வீட்டுக்கு வரலாம். ஆனால் எனக்கு அருகில் வரமுடியாது, தோளணைத்து ஆறுதல் சொல்ல முடியாது என்ற அவளது நிபந்தனையை ஏற்றுக்கொண்டு நண்பர்கள் வந்துபோனார்கள். அப்போதும் மகளுக்கு முழுத் திருப்தியில்லை.

காலை நேரங்களில் மகனுடன் அல்லது மகளுடன் வெளியே நடந்துபோனேன். மருத்துவரும் அதையே சொல்லியிருந்தார்.

பாமினி அக்காவும் சுகி அக்காவும் தங்களின் வீடுகளுக்கு உணவு தயாரித்தார்களோ இல்லையோ, தினமும் எனக்குப் பிடித்தமான உணவுகளைத் தயாரித்துத் தந்துகொண்டே இருந்தார்கள். வேறு பல நண்பிகளின் கவனிப்புகளையும் நான் மறத்தலாகாது. இளநீர், பப்பாசிப் பழம் என்று தமிழர்களுக்கே உரித்தான பழங்கள், உணவு வகைகள், இனிப்பு வகைகள், சத்துணவுப் பானங்கள் என்று எடுத்துவந்தார்கள்.

ஒரு கட்டத்தில் எனக்குக் கிடைத்த உணவின் அளவு அதிகமாக இருந்தமையினால் யார் யார், எப்போது, எந்த நேரத்து உணவினைத் தருவது என்று ஒரு பட்டியலிட நேர்ந்தது.

வேலைத் தலத்திலிருந்தும் சக பணியாளர்களிடத்திலிருந்தும் நலமடைய வேண்டி வாழ்த்துச் செய்திகளும் பூஞ்செண்டுகளும் கிடைத்தன.

நான் கடந்துகொண்டிருந்த வாழ்வின் மிகவும் வலியான இந்தக் காலத்தில் கிடைத்த இப்படியான வார்த்தைகளும் அன்பும் அரவணைப்பும் பலதையும் எனக்கு உணர்த்திற்று. உங்களுடன் அதிகம் பழகியிராத ஒருவர், நீங்கள் நோயிலிருந்து மீள்வதற்காய்ப் பிரார்த்திப்பதும் உங்களை அவர்கள் நினைப்பதும் அவர்கள் மனதில் நீங்கள் குறிப்பிட்ட இடத்தினைப் பெற்றிருக்காவிட்டால் சாத்தியமா? இப்படியாகச் செய்திகள் மனதை நெகிழச் செய்ததுமல்லாமல், வாழ்வின்மீதும் பெரும் பிடிப்பைத் தந்தன.

வருடத்தின் இறுதி நாள். தம்பியின் வீட்டுக்குச் சென்றேன். அங்கு புதுவருடத்தினைக் கொண்டாடினேன். நண்பர்களும் நெருங்கிய குடும்பத்தவர்களும் வந்திருந்தார்கள். மகிழ்ச்சியாகக் கழிந்துபோனது அந்த மாலைப்பொழுது.

ஊரில் வாழ்ந்திருந்த நாட்களில் முக்கியமாகப் பிரப்பன்குளம் அம்மாளாச்சி கோயில், நல்லூர்க் கோயில், துர்க்கையம்மன் கோயில், சித்திவிநாயகர் கோயில், அந்தோனியார் கோயில் என்பன எனது மனதுக்கு நெருக்கமானவையாக இருந்தன. இலங்கைக்குச் செல்லும்போது, ஐந்து கோயில்களுக்கும் செல்லாமல் திரும்பியதில்லை.

சத்திர சிகிச்சை முடிந்து மருத்துவமனையில் தொடர் வாந்தியுடனும் வலியுடனும் இருந்தபொழுதில் 'கடவுளே, என்னைச் சுகப்படுத்து. உன் கோயிலுக்குமுன் யாசகம் கேட்கும் அனைவருக்கும் உணவு

சமைத்துப்போடுகிறேன்' என்று அழுது அழுது நேர்த்திக்கடன் வைத்துக்கொண்டேன்.

உடல் ஓரளவு தேறிவிட்டது. மனமும் தேறிக்கொண்டிருக்கிறது. எனது நேர்த்திக் கடனை நான் இன்னும் முடிக்கவில்லையே என்று மனது அரிக்கத் தொடங்கியது.

நோயுற்ற பின் முதன் முதலாகப் பெற்றோருடன் உரையாடுவது என்று தீர்மானித்துத் தொலைபேசியைக் கையில் எடுத்தேன். அம்மா நிச்சயமாக அழுவார். அப்பாவும் அழக்கூடும். நானும் அழுதால் அது அவர்களை மேலும் துன்புறுத்தும். நான் அழவே கூடாது என்று தீர்மானித்துக்கொண்டேன்.

அப்பாதான் பேசினார். அவர் வார்த்தைகளைத் தேடிக்கொண்டிருப்பதை அவரது நெகிழ்ந்திருந்த குரலில் புரிந்துகொண்டேன். அம்மாவும் வந்தார். எதிர்பார்த்தது போன்று அவர் அழுதார். நான் என்னை மிகவும் கட்டுப்படுத்தியபடி, தற்போது சுகமடைந்து வருவதைக்கூறி, உடலும் மனமும் தேறியிருக்கின்றன என்று அவர்களுக்கு நம்பிக்கையூட்டிவிட்டு, எனது நேர்த்திக் கடனைப்பற்றிச் சொன்னேன். அம்மா, தான் அதை எனக்காகச் செய்வதாக உறுதியளித்தார். அவரும் எனக்காக நேர்த்திக்கடன் வைத்திருந்தார் என்பதை அன்றுதான் அறிந்துகொண்டேன்.

தை மாதம் ஐந்தாம் திகதி மருத்துவமனையில் இருந்து ஒரு கடிதம் வந்திருந்தது. என்னை இன்னும் ஒரு வாரத்தில் புற்றுநோய்க்கான சிறப்பு மருத்துவர் ஒருவரைச் சந்திக்க வருமாறு அழைத்திருந்தார்கள்.

மீண்டும் என்னைப் பயம் சூழ்ந்துகொண்டது. துர்நினைவுகளையும் எண்ணங்களையும் தவிர்க்கப் பெரும்பாடு பட்டேன். மீண்டும் தூக்கம் அகன்று மனமும் உடலும் சுருங்கிப்போனது.

அந்தச் சந்திப்பிற்குக் குடும்பத்தவர்கள் அனைவரும் என்னுடன் மருத்துவமனைக்கு வரவிரும்பினார்கள். ஆனால் கோவிட் 19 தொற்று அதிகரித்திருந்தமையினால் மகனை மட்டுமே அழைத்துப்போக முடிந்தது. அக்காவுடனும் மச்சாளுடனும் மகன் விவரமாகக் கதைத்து, 'என்ன என்ன கேட்க வேண்டும்' என்று அறிந்துகொண்டார்.

மருத்துவருடனான சந்திப்புத் தினத்தின் காலையில் மனம் இருப்புக்கொள்ளாது அலைந்துகொண்டிருந்தது. பெரும்

பதற்றத்தை உணர்ந்தேன். உள்ளுணர்வு அமைதியாக இருக்கவில்லை. உள்ளுணர்வின் அதிர்வுகளை மிகவும் அவதானமாகக் கவனத்திற்கொள்பவள் நான். ஏன் என் உள்ளுணர்வு இப்படிப் பதற்றப்படுகிறது என்று சிந்தித்தாலும், அனைத்துக்கும் நோய்மீதான பயம்தான் காரணம் என்று சமாதானப்படுத்திக்கொண்டேன்.

●

அத்தியாயம் 20

மதியம்போல் வைத்தியசாலைக்குச் சென்று மருத்துவரின் முன்னால் உட்கார்ந்தபோது மகனின் கையைப் பிடித்துக்கொண்டேன்.

நடந்து முடிந்த சத்திர சிகிச்சையைப் பற்றியும் அதன்பின் இனி என்ன நடக்கவிருக்கிறது என்பதுபற்றி உரையாடுவதற்காக என்னை அழைத்ததாகச் சொன்னார். அவரது வார்த்தைத் தேர்வுகள் 'மோசமான செய்தி' வரவிருக்கிறது என்பதை உணர்த்துவதுபோல் உணர்ந்தேன்.

எனக்கிருந்த புற்றுநோயைப் பற்றிச் சொன்னார்.

"சத்திர சிகிச்சை முடிந்துவிட்டதே... இனியும் ஆபத்து உண்டா? மீளவும் நோய் வருமா?" என்று கேட்டார் மகன்.

'எனக்கு இருந்த புற்றுநோய் வழமையான கருப்பைப் புற்றுநோய் என்றும், அது அதீதமாகப் பரவும் சக்தியற்றது' என்றார் மருத்துவர்.

நோர்வேயில் புற்றுநோயின் அளவுகளையும் தீவிரத்தையும் நான்கு நிலைகளாகப் பிரிக்கிறார்கள். முதலாவது ஆபத்துக் குறைந்தது. நான்காவது மிகுந்த ஆபத்தானது. எனக்கு மூன்று இடங்களில் புற்றுநோய் இருந்ததாகவும், அதன்காரணமாகஎனது புற்றுநோய்க்கான அளவு நான்காவது நிலை என்று கணித்திருந்ததாகவும் அறியக் கிடைத்தது. 'வயிற்றின் இடுப்பெலும்புப் பகுதியில் இருந்த புற்றுநோய் சூலகத்தில் இருந்து பரவியதா, இல்லையா என்பதை அறிய முடியாதிருப்பதாலும், சத்திர சிகிச்சையின்பின் புற்றுநோய்க் கலங்கள்

ஏதும் மீதமிருப்பின், அவற்றை அழிப்பதற்காக நான் ஆறு தடவைகள் கீமோதெரபி (Chemotherapy) சிகிச்சையைப் பெற வேண்டும் என்றும் எனது முதலாவது சிகிச்சை விரைவில் ஆரம்பமாகும்' என்றார்.

காலையில் உள்ளுணர்வு அந்தரித்துக் கிடந்தது இதற்காகவா? மனது பயந்ததுபோலவே நடந்திருக்கிறதே என்று எண்ணங்கள் கட்டற்று ஓடின. "கீமோதெரபி சிகிச்சையின்போது உங்களது முடி கொட்டுண்டு மிகவும் பலவீனமான நிலைக்குச் சென்று மீண்டும் சாதாரண நிலைக்குத் திரும்புவீர்கள்" என்றபோது, மகனைப் பார்த்தேன். எனது கைகளைப் பற்றியபடி "அம்மா ஒன்றுக்கும் கவலைப்படாதே. அனைத்தும் கடந்துபோகும்" என்றார் நோர்வேஜிய மொழியில்.

முடிகொட்டியதும் தலைக்குப் போட்டுக்கொள்வதற்குச் சவுரி வாங்குவதற்கான அத்தியாவசியப் பத்திரங்களையும் உத்தரவுகளையும் சிகிச்சை தொடங்குவதற்கு மூன்று நாட்களுக்கு முன்பிருந்து நான் பாவிக்க வேண்டிய மாத்திரைகளையும் எழுதித் தந்தார் மருத்துவர்.

அவரிடமிருந்து விடை பெற்று வெளியே வந்தோம். நான் சென்றிருந்தது நோர்வேயின் பிரபலமான புற்றுநோய்க்கான மருத்துவமனை. அங்கு தலைமுடி கொட்டுண்டபின், போட்டுக்கொள்வதற்கான சவுரிகளைப் பெற்றுக்கொள்ளும் சிகையலங்கார நிலையங்களும் இருந்தன.

இதனைக் கண்ட மகன் என்னிடம் "அம்மா நீங்கள் இப்போதே தலைமுடியை வழித்துக்கொள்ளப்போகிறீர்களா?" என்று கேட்டார்.

எனது அழகில் சிறுவயதில் இருந்தே கர்வம் உள்ளவள் நான். தனது அழகை மற்றையவர்கள் ரசிக்கிறார்கள் என்பதை உள்ளூர ரசிக்காத பெண்களே இருக்க முடியாதல்லவா? அதிலும், என்னிடம் நீண்ட அடர்த்தியான சுருள்கொண்ட முடியிருந்தது. இதனை இழப்பதை என்னால் நினைத்துப் பார்க்கக்கூட முடியவில்லை. எனவே, மகனிடம் "இல்லை ஒரு நாளும் எனது தலைமுடியை வழிக்க மாட்டேன்" என்றேன்.

விதியோ வேறு திட்டம் தீட்டியிருந்தது.

மருத்துவர் தந்திருந்த மாத்திரைகளை வாங்கச் சென்றோம். மருந்தகத்தில் 'அவை கிடைக்க இன்னும் ஒரிரு நாட்களாகலாம்' என்றார்கள்.

இன்று காலைவரையில் மனதுக்குள் தோன்றியிருந்த 'நோயிலிருந்து மீண்டுவிட்ட' உணர்வு அகன்றுபோனது. பூனையின் கால்களுடன் பயம் மீண்டும் மனதுக்குள் வந்து என்னை முழுவதுமாக நிலைகுலைய வைத்தது. தனியே இருந்து அழுதேன், அரற்றினேன். குழந்தைகளைக் காணும்போதெல்லாம் கண்ணீரைக் கட்டுப்படுத்தப் பெரும்பாடு பட வேண்டியிருந்தது.

முடிகொட்டிவிடும் என்று அறிந்திருந்ததால் குளியலறைக்குள் நின்றபடி தலைக்கு துணியொன்றினைச் சுற்றி எனக்கு முடி கொட்டினால் எவ்வாறு இருக்கும் என்று பார்ப்பேன். அதைக் கற்பனை செய்வதே வலியான அனுபவம்

கீமோதெரபி சிகிச்சை தைமாதம் 20ஆம் திகதி ஆரம்பிக்கும் என்ற அறிவித்தலை அனுப்பியிருந்தார்கள். மறுநாள் புற்றுநோயில் சிறப்புப் பயிற்சி பெற்ற தாதியொருவர் தொலைபேசியில் சிகிச்சை பற்றிய அனைத்தையும் அறியத் தந்தார். சிகிச்சைக்கு முன்தினம் நான் இரத்தப் பரிசோதனைசெய்ய வேண்டியிருந்தது.

பொங்கல் கழிந்து மறுநாள் முடிகொட்டியபின் பாவிப்பதற்குரிய சவுரியைத் தேர்வு செய்வதற்காக வைத்தியசாலையின் சிகையலங்கார நிலையத்திற்குச் சென்றோம். அவர்களிடம் பலவிதமான வடிவங்களிலும் நிறங்களிலும் சவுரிகள் இருந்தன. அக்கா எனது முடியைக் கட்டையாக வெட்டிக்கொள்ளுமாறு கேட்டுக்கொண்டார். அது எனது நீண்ட முடியினை நான் இழக்கும்போது ஏற்படவிருக்கும் மன அழுத்தத்தினை, வலியைச் சற்றேனும் குறைக்கலாம் அல்லது என்னை அதற்குத் தயார்ப்படுத்த உதவலாம் என்று அவர் நினைத்தார். நான் எனது தலைமுடியினைக் கட்டையாக வெட்டிக்கொண்டேன்.

வீட்டுக்கு வந்ததும் மகளுக்கு அது பிடிக்கவில்லை. நான் வேறு யாரோ போன்று இருப்பதாய்ச் சொன்னாள். அக்காவுடன் வாக்குவாதப்பட்டாள்.

மறுநாள் சிகிச்சைக்கு முன்பான மருந்துகளை நான் எடுத்துக்கொள்ள வேண்டியிருந்தது. பாமினி அக்கா மருந்துகளைச் சரிபார்த்துப் பிரித்து மருந்துகளுக்கான பெட்டியில் இட்டுத் தந்தார். அக்கா நேரத்துக்கு நேரம் அவற்றை எனக்குத் தந்துகொண்டிருந்தார்.

எனது வாழ்வின் மிக மோசமான நாட்களை எதிர்கொள்ளப்போகிறேன் என்ற எதுவிதச் சமிக்ஞையையும் காலம் அப்போது எனக்குக்

காண்பிக்கவில்லை. நரகத்தின் வாசலில் கால் வைக்கிறேன் என்பதையும், எனது வாழ்வைக் குலைத்துப் போடப்போகும் சிகிச்சைக்கான நாட்களுக்குள் நுழைகிறேன் என்பதையும் அறியாமல் முதலாவது சிகிச்சைக்கான தை மாதம் இருபதாம் திகதி விடிந்தது.

●

அத்தியாயம்
21

அன்று என்னுடன் அக்கா தங்கியிருந்தார். காலையில் எழுந்து குளித்து முழுகினேன். சிறப்பான காலையுணவை அக்கா தயாரித்திருந்தார். அத்தானுடன் வைத்தியசாலைக்குச் சென்றோம்.

நான் இயல்பில் அதிகம் பேசிக்கொண்டிருப்பவள். யாருடனும் உடனடியாகவே ஒட்டிக்கொண்டு மனதைத் திறந்து பேசக்கூடியவளாயும் இருந்தேன். இந்த வைத்தியசாலையில் பல ஈழத்தமிழர்கள் வேலைசெய்கிறார்கள். இவற்றை அறிந்த ஸ்ரீ அத்தான் வைத்தியசாலைக்குள் செல்லும்முன் "எவருடனும் அதிகம் அலட்டாமல் சிகிச்சை முடிந்தவுடன் வர வேண்டும்" என்று கறாராகச் சொல்லியனுப்பினார்.

நாய் வாலை நிமிர்த்த முடியுமா? அங்கு ஒரு தமிழ்ப் பெண்ணைக் கண்டவுடன், அவருடன் கதைத்தபோது "ஏன் இங்கு வந்திருக்கிறீர்கள்?" என்று கேட்டார். நான் அனைத்தையும் சொன்னேன். அருகில் நின்றிருந்த அக்கா சினமடைந்து "வா போவம்" என்று இழுத்துக்கொண்டு வந்து "எல்லாருக்கும் எல்லாம் சொல்ல வேணும் என்றில்லை" என்று சினந்தார். இன்னொரு மனிதருடன் கதைப்பது ஆறுதலானது என்பதை அவர் புரிந்துகொள்கிறார் இல்லை என்று சிந்தித்துக்கொண்டிருந்தேன்.

என்னை அழைத்துப்போக முன்பாக ஒரு தாதி வந்து அக்காவிடம் "இந்தச் சிகிச்சை குறைந்தது நான்கு மணிநேரமெடுக்கும். நீங்கள்

சென்று பின்பு வாருங்கள்" என்றார். அக்கா என்னை இறுக அணைத்துக் காதுக்குள் "பயப்படாதே" என்றுவிட்டு நகர்ந்தார்.

ஒரு மண்டபத்தினுள் அழைத்துச் செல்லப்பட்டேன். சத்திர சிகிச்சைக் கூடம் போன்றிருந்தது அது. சரிந்து இருக்கக்கூடிய நாற்காலியொன்றில் உட்காரவைக்கப்பட்டேன். வேறு பல பெண்களுக்கும் அங்கு சிகிச்சையளிக்கப்பட்டது. இரண்டு தாதிகள் எங்களைக் கவனித்துக்கொண்டார்கள்.

எனது கையில் ஊசியை ஏற்றுவதற்கான ஒழுங்குகள் முடிந்த பின்னர், எனது பெயர் பிறந்த திகதியைக் கேட்டு வைத்தியசாலை ஆவணங்களுடன் ஒப்பிட்டு உறுதிசெய்தார்கள்.

புற்றுநோய்க் கலங்களை அழிக்கும் மருந்தும் நஞ்சாகத்தானே இருக்க வேண்டும். அது ஏதோ ஒரு நிறத்தில் இருக்கும் என்று நினைத்திருந்தேன். ஆனால், அது நீரைப்போல் இருந்தது. அதனுடன் உப்புநீரைக் கலந்து உடலினுள் மெது மெதுவாகச் செலுத்தினார்கள்.

நான் உடலில் ஏதும் மாற்றங்கள் ஏற்படுகின்றனவா என்று அவதானித்துக்கொண்டிருந்தேன். குளிர். எனது கழுத்தைச் சுற்றி ஒரு கம்பளித் துணியினை அணிந்திருந்தேன். எனக்கு ஏற்றப்படும் மருந்தினால், உடலில் ஏற்படும் அழற்சிக்கான அறிகுறிகள் கழுத்துப் பகுதியிலேயே அதிகம் தென்படும் என்பதால், அந்தக் கம்பளித் துணியை அகற்றக் கேட்டார்கள்.

மருந்து உட்செல்லச் செல்ல மிகவும் அந்தரிப்பும் பதற்றமுமான மனநிலையை உணர்ந்தேன். எனக்கு உடன்பாடில்லாத எதையோ எனக்குள் செலுத்துவது போன்றும், உடல் உட்புறமாகச் சூடாகிவருவது போன்ற உணர்வுடன், கழுத்து, வயிற்றுப் பகுதிகளில் எரியும் உணர்வைத் தந்தன. எனது உடலுக்குள் கொடிய மிருகமொன்று உட்செல்வது போன்ற உணர்வேற்பட்டது.

சிகிச்சை முடிவடைய மூன்று மணி நேரங்கள் ஆகும் என்றார்கள். அங்கிருந்த ஏனையவர்களுடன் அறிமுகமாகிக் கதைத்து எமது அனுபவங்களைப் பகிர்ந்துகொண்டிருந்தோம். இரண்டாவது, மூன்றாவது சிகிச்சையைப் பெறுவதற்காக வந்திருந்தவர்களுக்குத் தலைமுடி கொட்டியிருந்தது. ஒருவருக்குக் கண் இமையிலேனும் முடிகள் இருக்கவில்லை.

அனைவரும் முகப்புத்தகத்தில் ஒருவரை ஒருவர் தோழிகளாக இணைத்துக்கொண்டோம். இந்த நட்பு சிகிச்சை நடைபெற்றுக்கொண்டிருந்த காலங்களுக்கு அப்பாலும் தொடர்ந்தது. எங்களால் ஒருவரை ஒருவர் புரிந்துகொள்ளக்கூடியதாக இருந்ததுபோல் உணர்ந்தேன்.

அவர்களில் சிலருடன் ஒப்பிடுகையில், நான் மோசமான நிலையில் இல்லை என்ற உணர்வு மனதுக்குத் தெம்பைத் தந்தது.

தாதி எனக்கு அழற்சியேதும் ஏற்படுகிறதா என்பதை அவதானித்துக்கொண்டிருந்தார். அப்படியேதும் நடந்துவிடவில்லை. அப்படி ஏதும் நடந்தாலும், நான் மனரீதியாக 'எதுவந்தாலும் இந்த நோயில் இருந்து வெளிவருவதற்காக என்னவும் செய்ய நான் தயாராக இருப்பதாக ஆழ் மனதுடன் உரையாடி உரையாடி என்னைத் தயார்ப்படுத்தி வைத்திருந்தேன்.

இரண்டு மணிநேரங்களின் பின், தொடர்ந்து ஒரே இருக்கையில் சாய்ந்திருப்பது அலுப்பைத் தந்தது. சிகிச்சையளிக்கப்படும் படங்களைத் தோழிகளுக்கு அனுப்பியபோது, மனதுக்கு இதமான ஆறுதல் வார்த்தைகளை அவர்கள் அனுப்பினார்கள்.

சிகிச்சை முடிவடைந்து அக்காவின் வீட்டுக்குச் சென்றுகொண்டிருந்தோம். எனது உடலில் உற்சாகம். எதையாவது செய்ய வேண்டும் போன்று இருப்புக்கொள்ளாது தவித்தேன். இதனைக் கண்ட அக்காவும் மச்சாளும் என்னை வெளியே அழைத்துப் போனார்கள்.

சிகிச்சையின்போது தினமும் குறைந்தது நான்கு லீட்டர் நீர் அருந்துமாறும், எனது நோயெதிர்ப்புச் சக்தி குறைவடையும் என்பதால், நோய்த்தொற்றினைத் தரக்கூடிய எவருக்கருகிலும் செல்ல வேண்டாம் என்றும் அறிவுறுத்தியிருந்தார்கள்.

அன்றிரவு எனக்குத் தூக்கம் வரவில்லை. உடலுக்குள் இதுதான் என்று குறிப்பிடமுடியாதவொரு உணர்வு படர்ந்துகொண்டிருந்தது. இன்று எனது உடலினுள் செலுத்தப்பட்ட மருந்தானது, உடலினுள் வளரும் அனைத்தினது செயற்பாட்டையும் மட்டுப்படுத்துவது அல்லது நிறுத்துவதற்காகவே செலுத்தப்பட்டது. இதன் காரணமாகப் புற்றுநோய்க் கலங்கள் வளர்வது அல்லது உருவாகுவது தடுக்கப்படும் என்பதே இந்தச் சிகிச்சை எனக்குத் தரப்பட்டதற்குக் காரணம்.

இதன் பாதிப்பை இன்னும் சில வாரங்களில்தான் அனுபவிப்பேன் என்று அன்றைக்கு நான் உணரவில்லை. வாழ்வின் மிக மோசமான நாட்களைக் கடக்கவிருக்கிறேன் என்பதையும் நான் அறிந்திருக்கவில்லை.

சிகிச்சைக்கு முன்பாக நடைபெற்ற உரையாடலின்போது 'தற்போது ஏற்றப்படவுள்ள மருந்து உடலினுள் சென்றபின், தொடர்ந்து மூன்று நாட்களுக்கு ஒவ்வொரு நாளும் வெவ்வேறு விதமான பின்விளைவுகளைத் தரும்' என்றிருந்தார்கள். இதுவரை பெரிதாக நான் எதையும் உணரவில்லை. மனது நாளை என்ன நடக்கும் என்பதைச் சிந்தித்துக்கொண்டிருந்தது. எப்போது உறங்கினேன் என்பது தெரியவில்லை.

மறுநாள் ஒன்பது மணிபோல் உறக்கம் கலைந்தது. எழுந்துகொள்வதற்கான உற்சாகமோ விருப்பமோ அல்லது உடற்பலமோ இருக்கவில்லை. கட்டிலில் கிடந்தபடியே நேரே மேலே தெரிந்த அறையின் மேற்பகுதியைப் பார்த்துக்கொண்டிருந்தேன். சிந்தனை அங்குமிங்குமாக அலைந்துகொண்டிருந்தது.

எனது காலில் தசைப்பிடிப்பு ஏற்படுவதை உணர்ந்தேன். அக்கா காலைப் பிடித்துவிட்டார். எனது வாய் முழுவதும் பங்கசுத் தாக்கம் (பூஞ்சை) ஏற்பட்டிருந்தது. வாய் முழுவதும் வெள்ளை நிறமான பதார்த்தம் படிந்திருக்கிறது நாக்கும் வெளிறிப்போயிருக்கிறது என்றார் அக்கா. அந்நாட்களில் வாயை உப்புநீரால் கொப்பளிக்கும்படி அறிவுறுத்தப்பட்டேன். ஆனாலும் பயன் ஏதும் கிடைக்கவில்லை.

எழுந்திருக்க முயன்றேன். உடலில் முழுச்சக்தியும் உறிஞ்சப்பட்டுவிட்டது. அக்காவின் உதவியுடன் எழுந்து குளியலறைக்குள் சென்று கண்ணாடியில் என்னைப் பார்த்தேன். எனது உடல் மஞ்சள் நிறமாக மாறியிருப்பதையும் அவதானித்தேன். கண்கள் ஒளியிழந்து, முகத்தில் களைப்பு நிரம்பியிருந்தது.

நிமிர்ந்து நிற்பதற்கேனும் சக்தியிருக்கவில்லை. மீண்டும் கட்டிலில் படுத்துக்கொண்டேன். உடல் வலிக்கத் தொடங்கிக் கொஞ்சம் கொஞ்சமாக அதிகரித்துக்கொண்டு போனது. குமட்டலும் வயிற்றுப் புரட்டலும் ஆரம்பித்தன. குமட்டல் தாங்க முடியாமல் போனதால், அதைக் குறைப்பதற்காக மாத்திரை எடுத்துக்கொண்டேன்.

பின்னங்காலில் தசைப்பிடிப்பு விட்டு விட்டு வந்துகொண்டிருந்தது. மச்சாள் காலைப் பிடித்துவிட்டுக்கொண்டிருந்தார். குமட்டல்

நின்றதாயில்லை. உண்ணவும் முடியவில்லை. உணவு உட்கொள்ளுமாறு அக்காவும் மச்சாளும் வற்புறுத்திக்கொண்டிருந்தார்கள். என்னால் எதையும் உண்ண முடியவில்லை.

ஒரு கட்டத்தில் அவர்களைத் திட்டினேன். "என்னை என்பாட்டில் விடுங்கள்" என்று கத்தினேன். எனக்கு உதவ வந்த அவர்களைத் திட்டியது மனதுக்குச் சங்கடத்தையும் தரத்தொடங்கியது. அவர்கள் எனது நன்மைக்கே சொல்கிறார்கள். ஆனால், என்னால் எதையும் உண்ணவோ அருந்தவோ முடியவில்லை. அவர்களைத் திட்டியதற்காகக் குற்றவுணர்ச்சியில் அமிழ்ந்தேன். அன்றிரவும் உறக்கம் வரவில்லை. தூக்க மாத்திரை எடுத்துக்கொள்ள வேண்டியிருந்தது.

சிகிச்சையின் பின்னான இரண்டாவது நாள். காலையில் கண் விழித்தபோது பெரும் அயர்ச்சியை உணர்ந்தேன். கால் விரல்கள் உணர்ச்சியை இழந்திருந்தன. விரல்களின் கீழ் நீர்க்கட்டி உருவாகியிருப்பதைப் போன்று உணர்ந்தேன். தொட்டுப் பார்த்தேன். ஆனால் நீர்க்கட்டி ஏதும் உருவாகியிருக்கவில்லை. நடக்க முடியாது போய்விடுமோ என்று பயந்து எழுந்து நிற்க முயன்றேன். பெரும் சிரமத்தின் பின் எழுந்து சுவரைப் பிடித்துப் பிடித்து நடந்து குளியலறைக்குச் சென்று வந்தேன்.

உடலில் இருந்த சக்தி அனைத்தும் ஆறு ஏழு மீற்றர் நடையில் விரயமாகிவிட்டிருந்தது. களைத்துப்போய்க் கட்டிலில் விழுந்தேன். சற்று அடங்கியிருந்த குமட்டல் மீண்டும் அதிகரிக்கத் தொடங்கியது. கடந்த 48 மணிநேரங்களில் அதிகம் உணவு உட்கொள்ளவில்லை என்பதால், அக்கா பலவந்தமாக உணவூட்டிவிட்டார். உடல் எனது கட்டுப்பாட்டில் இருக்கவில்லை. அது தன்பாட்டிற்கு இயங்கிக்கொண்டிருந்தது. நான் எப்போதும் சுயமாக இயங்கியவள். எவரையும் எனது காரியங்களுக்காக எதிர்பார்த்திருந்ததில்லை. தற்போது ஒரு குவளை நீர் அருந்துவதற்கும் மற்றையவர்களை எதிர்பார்த்திருக்க வேண்டியிருக்கிறது. குடும்பத்தவர்களைச் சிரமத்துக்குள்ளாக்குகிறேன் என்பது மனதைக் கஷ்டப்படுத்தத் தொடங்கியது.

அன்று மாலை நண்பர்கள் வந்து போனார்கள். இயலாமை முற்றிலும் என்னை முடக்கிவிட்டிருந்தாலும், அவர்களின் வருகை மனதுக்கு உற்சாகத்தினைத் தந்தது. மகள், எவரையும் எனக்கருகில் வருவதற்கு அனுமதிக்கவில்லை. இந்த விடயத்தில் அவள் மிகவும் கடுமையாகவும்

உறுதியாகவும் இருந்தாள். நண்பர்களும் அவளின் கரிசனத்தைப் புரிந்துகொண்டார்கள் என்றே நம்புகிறேன்.

எனது இரத்த அழுத்தம் ஒழுங்கீனமாகியிருக்கிறது என்பதை அடிக்கடி அதை அளந்துகொண்டிருந்த அக்காவும் மச்சாளும் புரிந்துகொண்டார்கள். என்னை அமைதியாகப் படுத்திருக்கும்படியும் எழுந்து நடமாட வேண்டாம் என்றும் கேட்டுக்கொண்டார்கள். நான் கட்டிலிலேயே படுத்திருக்க வேண்டியிருந்தது. வாயில் ஏற்பட்டிருந்த பங்கசுத் தாக்கம் அதிகரித்துவிட்டிருந்ததால் அதற்குரிய மருந்துகள் தரப்பட்டன.

சிகிச்சையின் பின்னான மூன்றாவது நாள் என்னால் எனது உடலில் ஒரு பகுதியையேனும் அசைக்க முடியவில்லை. அருகில் இருந்த தொலைபேசியைக்கூடக் கையில் எடுப்பதற்கான சக்தியிருக்கவில்லை. அனைத்திற்கும் மற்றையவர்களில் தங்கியிருக்க வேண்டியிருந்தது. வயிறு இறுகி மலச்சிக்கல் ஏற்படத் தொடங்கியது. சிறுநீர் கழிக்கையில் பெருத்த எரிவினை உணர்ந்தேன். இதன் காரணமாக அதிகமாக நீரை அருந்துவதற்கு அறிவுறுத்தப்பட்டேன். வலிநிவாரண மாத்திரைகளின் செயற்பாட்டினை உடல் ஏற்க மறுத்தது. உடலின் சமநிலை மிகவும் பாதிக்கப்பட்டதால், மற்றையவர்களின் உதவியுடனேயே நடமாடினேன்

சிகிச்சை நடைபெற்று 72 மணிநேரங்களின் பின், கடுமையான தாக்கத்தினை உணர்வீர்கள் என்று எனக்கு அறிவுறுத்தியிருந்தார்கள். கூடவே கடுமையான உடல் வலி, களைப்பு, சக்தியின்மை, குமட்டல் போன்றவற்றையும் அனுபவித்தேன்.

●

அத்தியாயம்

22

எனக்குப் பொறுப்பான தாதி, வீட்டுக்கு வந்தார். அவர் புற்று நோயாளர் பராமரிப்பில் சிறப்புத் தேர்ச்சி பெற்றவர். எனக்குத் தேவையான உதவிகளைக் கேட்டறிந்து, அவற்றை ஒழுங்குசெய்து தந்தார். நான் உட்கார்ந்திருந்து குளிப்பதற்கு ஒரு கதிரையும் வீட்டுக்குள் நடமாடுவதற்கு மிகவும் வசதியான உருளி இருக்கையும் கிடைத்தன. அந்த உருளி இருக்கைக்கு ஒரு தானியக்கியும் (ரிமோட்கொண்ட்ரோல்) இருந்தது. அதன் விலை ஏறத்தாழ 8000 அமெரிக்க டாலர்கள். அந்த நாற்காலிதான் நான் மீண்டு வருவதற்கு முக்கியக் காரணமாக இருக்கப்போகிறது என்பதை அப்போது நான் உணர்ந்திருக்கவில்லை.

எனது வாழ்வின் மிக அவதியான நாட்களைக் கடந்துகொண்டிருந்தேன். எதற்கும் சக்தியிருக்கவில்லை. மனம் மட்டும் கட்டுக்கடங்காது ஓடிக்கொண்டிருந்தது.

எங்கள் குடும்பத்தில் நான் இரண்டாவது பெண். எனக்குப் பின்பே தம்பிகள் பிறந்தார்கள். அக்காவை யாழ்ப்பாணத்துப் பெண்பிள்ளைகளைப் போன்று வளர்த்த எனது பெற்றோர், என்னை மட்டும் அவ்வாறு வளர்க்கவில்லை. என்னைக் கொண்டு ஆண்குழந்தைகள் இல்லாத இடத்தை அவர்கள் நிரப்பிக்கொண்டார்களோ என்று இப்போதும் நான் நினைப்பதுண்டு. எதையும் துணிந்து, உறுதியுடன் எதிர்த்து நின்று செய்யும் மனப்பான்மை சிறுவயதிலேயே எனக்கு ஏற்பட்டிருந்தது. இக்குணமே நான் திருமணமாகி நோர்வேக்கு வந்து குழந்தைகளை வளர்க்கவும்,

வீட்டை நிர்வகிக்கவும், வேலைக்குச் செல்லவும், விளையாட்டுக் கழகத்தில் சேர்ந்தியங்கவும் உதவியாக இருந்தது என்று நம்புகிறேன்.

இத்தனை மனவுறுதியையும் நோய் உடைத்துப்போட்டது. மற்றையவர்களிடம் உதவிக்குக் கையேந்தி நிற்கும் நிலையை, உள்மனம் ஏற்றுக்கொள்ளவே இல்லை. பிச்சையெடுப்பது போன்ற ஒரு கையாலாகாத உணர்வு அது.

உதவிகளைப் பெறாது நானாகவே அவற்றைச் செய்ய வேண்டும் என்று நினைத்தாலும், அதற்குரிய சக்தி உடலில் இருக்கவில்லை. அதனால் எனது எதிர்காலத் திட்டங்கள் அனைத்தும் நொருங்கிப் போயிருந்தன.

இயலாத பொழுதுகளில் மற்றையவர்களின் உதவியைப் பெறுவதில் தவறே இல்லை என்பதை அந்நாட்களின் பின்னரே உணர முடிகிறது.

இந்த நிலையிலிருந்து எவ்வாறு மீளப்போகிறேன் என்று எனக்குப் புரியவில்லை. ஆனால், உள்ளுணர்வு 'மனதைத் தளரவிடாதே, உன்னால் முடியும், கொஞ்சம் கொஞ்சமாகச் சக்தியைச் சேர்த்துக்கொள்' என்று என்னைத் துரத்தத் தொடங்கியிருப்பதை உணரத் தொடங்கினேன். ஆனால், அந்த 'கொஞ்சம் சக்தியை' எங்கிருந்து எடுப்பது?

இத்தனை வலியிலும் சிறு மகிழ்ச்சி கிடைப்பது போன்று நான்காவது நாள் வலிகள் சற்றுக் குறைந்தன. ஆனால் குமட்டலும் உணவு நாட்டமின்மையிலும் மாற்றம் ஏற்படவே இல்லை. வலிகள் குறைந்தமையினால் சற்று நம்பிக்கை வந்தது. நோய் குறைகிறது என்றே எண்ணத் தொடங்கினேன்.

எனக்கென்று வைத்தியசாலையின் சார்பில் ஒரு தொடர்பாளர் கிடைத்தார். நோர்வேயில் புற்றுநோய்க்குள்ளாகும் பலருக்கும் வைத்தியசாலை தன்னார்வலர் ஒருவரை ஒழுங்குசெய்து தருகிறது. என்னுடன் உரையாடவும் வெளியே நடந்து செல்லவும் தேவையான சிறிய உதவிகளைச் செய்யவும் என்று எனது தினசரி நடவடிக்கைகளை இலகுபடுத்த அவர் உதவினார்.

இருப்பினும், நானாகவே எனது வேலைகளைச் செய்துகொள்ள விரும்பினேன். எனக்குக் கிடைத்த தொடர்பாளருடன் வெளியே நடந்து சென்றேன். பல நாட்களின்பின் முதன் முதலாக வெளியே சென்றது மனதுக்கு உற்சாகத்தையும் நம்பிக்கையையும் தந்திருந்தது. நடக்கும்போது சமநிலை தடுமாறிக்கொண்டிருந்தாலும், அவரது

உதவியுடன் சற்றுத் தூரம் நடந்துவிட்டு வீடு திரும்பினேன்.

நோய்மையில் அழுந்தும்போதுதான் மனமும் தத்துவ விசாரத்தில் ஆழ்கிறது. அன்றிரவு வீடு அமைதியாக இருந்தது. அனைவரும் உறங்கிவிட்டிருந்தனர். வெளியே கடும் பனிக்குளிர். நான் உறக்கம் வராமல் படுத்திருந்தேன்.

வாழ்வில் சில விடயங்கள் எமது கட்டுப்பாட்டிற்கு அப்பால் நடைபெறுகின்றன என்பதை அறிவேன். அவற்றைக் காலத்தின் உதவியுடன்தான் கடக்க முடியும் என்பதை மனது கொஞ்சம் கொஞ்சமாக ஒப்புக்கொள்ளத் தொடங்கியது. இப்போதுவரையிலும் ஏன் எனக்கு இந்த நோய் வந்தது என்பதிலேயே சிந்தனையைக் குவித்திருந்தேன். அவ்வாறு சிந்திப்பது பலனைத் தராது என்பதையும் நோயினை ஏற்றுக்கொள்ள வேண்டும் என்பதையும் அதற்கேற்ப எனது மனதையும் சிந்தனைகளையும் நடவடிக்கைகளையும் மாற்றிக்கொள்ள வேண்டும் என்பதையும் உணர்ந்தேன்.

எனக்கு அன்பான குடும்பம், அக்கா தம்பியின் குடும்பம், நெருங்கிய உறவினர்கள், நண்பர்கள் இருக்கிறார்கள். இவ்வாறான சுற்றம் இன்றி நோயில் வாடுபவர்களுடன் என்னை ஒப்பிட்டுப் பார்த்தேன். "காலையில் உயிருடன் இருக்கிறாரா?" என்று அறிவதற்கேனும் ஒரு மனிதர் இல்லாத நபர்களை நினைத்துப் பார்க்கும்போது நான் எத்தனை உன்னதமான நிலையில் இருக்கிறேன் என்பதும், நோயில் இருந்து மீண்டுவிடுவதற்கான சந்தர்ப்பங்கள் அதிகம் என்பதும் மெது மெதுவாகப் புலப்படத் தொடங்கின.

இதன் பின்னான நாட்களில் "நான் மீண்டுவிடுவேன்" என்ற உறுதியான நம்பிக்கை மனதிற்குள் வளரத் தொடங்கியது.

●

அத்தியாயம்

23

முதலாவது சிகிச்சை முடிவடைந்து இரண்டு வாரங்களின்பின், எனக்கு முடியுதிரத் தொடங்கியது. ஆரம்பத்தில் சிறிது சிறிதாக உதிர்ந்த முடி சில நாட்களின் பின் கற்றைக் கற்றையாகத் தலையணையில் கிடந்தது. முழுகினால் அதிகம் முடி கொட்டும் என்ற பயத்தில் முழுகுவதை இரண்டு மூன்று வாரங்கள் தவிர்த்தேன்.

முடியுதிர்வினை எதிர்பார்த்திருந்தேன், எனினும் அதை ஏற்றுக்கொள்வது இலகுவாக இருக்கவில்லை. எவரால்தான் அதனை ஏற்றுக்கொள்ள முடியும்? பெண்ணின் அம்சமல்லவா நீண்ட முடி?

தலையைத் தொட்டாலே முடி உதிர்வதை உணர்ந்தேன். அதனால் தலையைத் தொடுவதைத் தவிர்த்தேன். தலைக்கு அருகில் கையைக் கொண்டுசெல்லவே பயமாக இருந்தது. குளியலறைக்குச் சென்று கண்ணாடியில் பார்த்தபோது, தலையில் திட்டுத் திட்டாக முடி கொட்டியிருப்பதும் முடியிருந்த இடங்களில் தோல் வெள்ளையாகத் தெரிவதையும் கண்டபோது நான் உடைந்தே போனேன். குளியலறை நிலத்தில் குந்தியிருந்து சத்தமின்றி அழுதேன். மகள் வீட்டில் இருந்ததால் வாய்விட்டு அழுவதற்குப் பயமாக இருந்தது. எந்தக் குழந்தையால்தான் தாய் வாய்விட்டுக் கதறியழுவதைத் தாங்க முடியும்?

கண்ணாடியைப் பார்க்கவே பிடிக்கவில்லை. இருப்பினும், மனம் கண்ணாடிக்கு முன்னே என்னை அழைத்துச் சென்று இன்னும் மீதமிருக்கிறதா, எவ்வளவு கொட்டியிருக்கிறது என்று

பார்த்துக்கொண்டிருந்தது. என்னைக் கண்ணாடியில் கண்ட ஒவ்வொரு முறையும் அழுது தீர்த்தேன்.

அக்காவைத் தவிர எவருக்கும் முடிகொட்டுகிறது என்பதை நான் சொல்லவில்லை. குழந்தைகளிடமிருந்தும் அதனை மறைத்தேன். முடிகொட்டுவது அவமான உணர்வையும் மற்றையவர்களின் முன் நிமிர்ந்து நிற்க முடியாத வெட்கித்த மனநிலையையும் உருவாக்கி விட்டிருந்தது.

அந்நாட்களில் ஓர் இரவில் காய்ச்சல் ஏற்பட்டு மிகவும் சிரமப்பட நேர்ந்தது. காய்ச்சல் ஏற்பட்டால் உடனேயே தங்களைத் தொடர்புகொள்ளுமாறு வைத்தியர் அறிவித்திருந்தார். சாமம் நான்கு மணிபோல் வைத்தியசாலையைத் தொடர்புகொண்டேன். தாமதிக்காமல் உடனே வரச் சொல்லிச் சொன்னார்கள். கணவர் என்னை அழைத்துச்சென்று வைத்தியசாலையில் அனுமதித்தார். அங்கு காய்ச்சலுக்கு மருந்து தந்தார்கள். தொடர்ந்தும் மூன்று நாட்கள் அங்கு தங்கியிருந்து சிகிச்சைபெற வேண்டியிருந்தது.

முதலாவது சிகிச்சையின் அகோரம் இரண்டாவது சிகிச்சை எப்படி இருக்கும் என்பதைச் சற்று உணர்த்தியிருந்தது. நான் என்னை மனரீதியாக ஓரளவு தயார்ப்படுத்தி வைத்திருந்தேன். முன்னையதைவிட இனிமேலான சிகிச்சை மோசமாக இருக்கலாம் என்ற பயம் எனக்கிருந்தது.

இரண்டாவது சிகிச்சைக்கு அக்கா என்னை அழைத்துச் சென்றார். கடந்த முறை என்னுடன் சிகிச்சை பெற்றவர்களும் அன்று அங்கு வந்திருந்தார்கள்

நாம் நோய்த் தாக்கத்தினையும் மருந்துகளின் பின்விளைவுகளையும் பற்றிப் பேசியபோது, ஒருவர் முதலாவது சிகிச்சையின்பின், தான் பட்ட பாட்டையும் தோலில் ஏற்பட்டிருந்த அழற்சியையும் சொல்லித் தனது திறன்பேசியில் இருந்த ஓரிரு படங்களைப் பகிர்ந்தார். என்னால் அவற்றைப் பார்க்க முடியவில்லை. இரத்தக் காயங்கள் போன்றிருந்த அவை பயத்தை ஏற்படுத்தின.

சிகிச்சை முடிந்ததும் மச்சாள் யாழினி என்னை அழைத்துப்போக வந்திருந்தார். அவரும் அக்காவும் எனக்குத் தெரியாமல் ஒரு திட்டத்தினையும் வகுத்திருந்தனர்.

முடி கொட்டுவதால் நான் படும் மன உளைச்சலை அவர்களால் தாங்க முடியவில்லை. இப்படியே சென்றால் கடும் மன அழுத்தத்திற்கு உள்ளாவேன் என்று அவர்கள் நம்பினார்கள். வைத்தியசாலையில் இருந்த சிகை அலங்கார நிலையத்தில் எனக்கு மொட்டை வழிப்பதற்குரிய ஒழுங்குகளை அவர்கள் செய்திருந்தனர்.

மச்சாள் என்னைச் சிகையலங்கார நிலையத்திற்கு அழைத்தபோது மறுத்தேன். மீதமிருக்கும் முடியை மழிக்க முடியாது என்று அழுதேன். எங்களைக் கடந்துபோனவர்கள் எங்களைப் பார்த்தபடியே கடந்துபோனார்கள். மச்சாள் அசையவில்லை. ஏறத்தாழ என்னை இழுத்துப்போய்ச் சிகையலங்கார நிலையத்தில் உட்காரவைத்தார். அங்கு சிகையலங்காரம் செய்துகொண்டிருந்த பெண்ணொருவர் வெளியேறியதும், என்னைக் கண்ணாடியின் முன் உட்காரும்படி கேட்டுக்கொண்டார் சிகையலங்காரம் செய்பவர். நான் மறுத்தேன். மச்சாள் என்னிடம் மிகவும் தன்மையாகப் பேசி புரியவைக்க முயன்றுகொண்டிருந்தார். நேரம் கடந்துகொண்டிருந்தது. என்னால் சிகையலங்காரத்திற்குரிய நாற்காலியில் உட்கார முடியவில்லை.

அப்போது சிகையலங்காரம் செய்யும் அப்பெண் யாழினியை அமைதியாக இருக்குமாறு சொல்லிவிட்டு, என்னுடன் மிகவும் தீர்க்கமான குரலில் உரையாடத் தொடங்கினார்.

"நான் இந்த வைத்தியசாலையில் 18 வருடங்களாக வேலை செய்கிறேன். எத்தனையோ ஆயிரம் புற்றுநோயாளர்களுக்குச் சிகையலங்காரம் செய்திருக்கிறேன். சில பெண்கள் அவர்களின் இரண்டு மார்பகங்களையும் கண்களையும், வேறு அவயவங்களையும் நோயின் காரணமாக அகற்றிவிட்டு, இந்தக் கதிரையில் இருந்து சிகையலங்காரம் செய்திருக்கிறார்கள். வாழ்வு என்பது எதிர்பாராத விடயங்களையும் சம்பவங்களையும் எதிர்கொண்டு கடப்பதுதானே.

உன்னை அவர்களுடன் ஒப்பிட்டுப் பார்... உனக்குத் தலைமுடி மட்டுமே கொட்டியிருக்கிறது. ஆனால், அது மீண்டும் ஓரிரு மாதங்களுக்குள் வளரத் தொடங்கிவிடும். உடல் அவயவங்கள் எதையும் நீ இழக்கவில்லை. எத்தனை அதிர்ஷ்டசாலி நீ என்பதை உணர்கிறாயா? வீணாக மனதை அலட்டிக்கொள்ளாதே. மீதமிருக்கும் முடி நீ விரும்பாவிட்டாலும் இன்னும் ஓரிரு வாரத்தினுள் கொட்டிவிடும். அதுவரை நீ மிகுந்த மனவுளைச்சலை அனுபவிப்பாய். இப்போது

அதனை மழித்துவிட்டால் அந்த மனவுளைச்சல் மிஞ்சும்” என்று எனது கையைப் பிடித்து அழைத்தார்.

அவரது அந்தத் திடமும் இறுக்கமும் நிறைந்த சற்றுக் கோபமான குரல் எனக்குள் மாற்றத்தினை ஏற்படுத்தியிருந்தது. இருப்பினும் மனம் சமாதானமாகவில்லை. வாழ்க்கையில் சிரமப்படும்போதும் நலிந்து வலியுடனிருக்கும்போதும் எமது சிந்தனைகளும் பிரச்சினைகளுக்கான வழிகளும் கண்களுக்குப் புலப்படாதிருக்கும். அப்படியான நேரங்களில் சற்று இறுக்கமாக எம்மை வழிநடத்தக்கூடிய உரையாடல்களை முழுமனதுடன் நடத்துவதற்கு நாம் முன்வர வேண்டும் என்று உணர்ந்தேன்.

அவர் என்னைச் சிகையலங்கார நாற்காலியில் உட்காரவைத்தார். ஒரு போர்வையினால் கழுத்தையும் தோளையும் சுற்றிக் கட்டிவிட்டார். தலைமுடியினை நீரால் ஈரமாக்கிச் சவர்க்காரம் இட்டபோது, நான் கண்களை இறுக மூடிக்கொண்டு பெரிதாக அழுதேன். என்னைச் சற்றுநேரம் அழ அனுமதித்தவர், மீண்டும் என்னுடன் உரையாடி நம்பிக்கை தந்து தலைமுடியனைத்தையும் மழித்தார். நான் குனிந்த தலை நிமிரவில்லை. கண்ணாடியைப் பார்க்கும் சக்தியும் எனக்கு இருக்கவில்லை.

சிறுவயதிலிருந்தே எவரும் என்னைப் பரிதாபமாகப் பார்ப்பது எனக்குப் பிடிப்பதில்லை. சுயமாக அனைத்தையும் செய்துகொள்ள வேண்டும் என்று நினைப்பவள் நான். இப்போது முடியில்லாத எனது நிலையைக் காண்பவர்கள் என்னில் பரிதாபப்படுவார்கள் என்பதை என்னால் ஜீரணிக்கவே முடியவில்லை.

மச்சாள் ஏற்கெனவே வாங்கியிருந்த சவுரியைக் கொண்டுவந்திருந்தார். எனக்கு அதனை அணிவித்தபின் என்னைக் கண்ணாடி பார்க்கச் சொன்னார். நிமிர்ந்து பார்த்தேன்.

கண்ணாடியின் முன் 51 வருடங்களாகக் கண்ட விஜி போலல்லாது வேறு ஒரு விஜி உட்கார்ந்திருந்தாள். புற்றுநோய் எனக்குள் ஏற்படுத்திய மிகப்பெரிய தாக்கம் அதுதான்.

புதிய தோற்றம் என்னை முற்றிலும் மாற்றிவிட்டிருந்தாலும் அந்தச் சவுரி தந்த மிடுக்கான தோற்றம் மனதுக்கு ஆறுதலாக இருந்தது.

சிகையலங்கார நிலையத்திலிருந்து தம்பியின் வீட்டுக்குச் சென்றோம். என்னைச் சவுரியுடன் கண்ட தம்பி எதுவிதச் சலனத்தையும் காண்பிக்காது சாதாரணமாக நடந்துகொண்டான். இது மனதுக்குப் பெருத்த ஆறுதலைத் தந்தது. பின்பு வீட்டுக்குச் சென்றபோது மகள் சொன்ன 'மிகவும் அழகாக இருக்கிறீர்கள் அம்மா' என்ற வார்த்தை எனது மனப் பயத்தை ஓரளவேனும் போக்கத் தொடங்கியிருந்தது.

முதலாவது சிகிச்சையைப் போலவே இம்முறையும் வலியெடுக்கத் தொடங்கியது. வலிநிவாரணி எடுத்துக்கொண்டேன். அதிகப் பலன் கிடைக்கவில்லை. குளியலறைக்குள் சென்று கண்ணாடியின் முன் நின்றபடி சவுரியைக் கழற்றினேன்.

12 - 13 வயதின் பின்னரே தலைமுடியை வளர்க்கவிட்டார் அம்மா. தலைமுடி வளர்வதற்கெனச் சிறப்பாகத் தயாரித்த எண்ணெயை வைத்து ஒட்ட இழுத்துவிடுவார். வாரத்தில் இரண்டு மூன்று நாட்கள் பேன், ஈர் பார்த்து விடுவார். அக்காலத்தில் நீண்டு, சுருண்டு அடர்த்தியாக இருந்த எனது தலைமுடிபோன்று தங்களுக்கு இல்லையே என்று சொன்னவர்களும் உண்டு. எனது தலைமுடியில் எனக்குக் கர்வம் இருந்தது. நோர்வே வந்தபின் நான் விரும்பியதுபோன்று தலைமுடியை நிறமாற்றம் செய்துகொண்டிருந்த நாட்களும் உண்டு.

அக்காவும் நானும் சிறுமிகளாக இருந்த நாட்களில், அம்மா எங்களது தலைமுடியினை மிகவும் கட்டையாக வெட்டிவிடுவார். அதன்பின் இன்றுவரை தலைமுடியினை நான் வெட்டிக்கொண்டதே இல்லை. இன்று முழு மொட்டையாக அசிங்கமாக நிற்கிறேன். கண்ணீர் வழிந்தது. எனக்கே என்னில் அருவருப்புத் தோன்றியிருந்தது.

சுயஇரக்கத்தில் நீண்ட நேரம் மூழ்கிய பொழுதுகளில் அந்தச் சிகையலங்கார நிலையத்துப் பெண் நினைவில் வருவார். அவரது வார்த்தைகளை நினைத்துக்கொள்வேன். அவை சுயநம்பிக்கையை வளர்த்துக்கொள்ள உதவின.

முடிகொட்டுவதற்கு முன் பேஸ்டைம் (Facetime) மூலமாக அனைவருடனும் கதைத்துக்கொண்டிருந்தேன். முடி கொட்டத் தொடங்கியதும் மனது சுருங்கிப்போனது. அவமானமாயும் அழகற்றுப்போனதாயும் உணர்ந்தேன். உரையாடல்களை நிறுத்திக்கொண்டேன். இதனால் தொடர்புகள் குறைந்தும் போயின.

•

அத்தியாயம்
24

இந்த நோயின் தாக்கம் எத்தகையது என்பதையும் உணரத் தொடங்கினேன். நோய் உடலை மட்டுமல்ல மனதையும் சுயகௌரவத்தினையும் தன்னம்பிக்கையையும் எனக்கிருந்த தொடர்புகளையும் உடைத்துப் போட்டது.

எமது விளையாட்டுக் கழகத்தின் வருடாந்த விழாவினை 2022ஆம் ஆண்டு மாசி மாதம் 12ஆம் திகதி நடாத்துவதற்குத் திட்டமிட்டிருந்தனர். எனக்கு அங்கு செல்வதற்கு விருப்பமாக இருந்தது. எனது விருப்பத்தினைக் குடும்பத்தவரிடம் சொன்னேன். அவர்கள் எனது பலவீனமான உடல்நிலையைக் கவனத்தில் கொள்ளுமாறு வற்புறுத்தினார்கள். அந்தக் கொண்டாட்டத்திற்குப் பதிலாக அந் நேரத்தில், எனது வீட்டில் நெருங்கிய குடும்பத்தவர் அனைவரும் ஒன்றுகூடுவோம் என்ற ஆலோசனையை முன்வைத்தார்கள்.

அனைத்தையும் மறுத்துவிட்டு, அந்த விழாவுக்குச் சென்றேன். நோயுற்றதனால் நான் முடங்கிவிடக் கூடாது. முடியை இழந்தபின்பு ஒரு பொதுநிகழ்வில் கலந்துகொண்டால் முடியிழப்பின் மனத்தாக்கத்தினை ஓரளவு வென்றுவிடுவதற்கு அது உதவும் என்று கருதியதாலும் நண்பர்களின் அருகாமை மிகுந்த மன ஆறுதலைத் தரும் என்பதாலும் அந்த நிகழ்ச்சியில் சவுரியை அணிந்துசென்று கலந்துகொண்டேன்.

அன்று அனைவரும் என்னை மிகவும் கரிசனையுடன் நடாத்தியது எனக்கு ஆச்சரியத்தைத் தரவில்லை. இப்படியான நிலையில் யார்

இருந்தாலும், நானும் அவர்களைப் போன்றே நோயுற்றவரை நடாத்தியிருப்பேன். எனக்கு அருகில் செல்ல வேண்டாம் என்று அனைவரும் அறிவுறுத்தப்பட்டிருந்தார்கள். நண்பர்கள் எவரும் எனக்கு அருகில் வரவில்லை. அனைவரும் எட்ட நின்று அன்பையும் நட்பையும் காண்பித்தார்கள்

வாந்தி, வலியின் காரணமாக அதிக நேரம் தாக்குப்பிடித்து என்னால் அங்கு நிற்க முடியவில்லை. தோழியொருவர் என்னை வீட்டுக்கு அழைத்துவந்தார்.

மற்றைய நாட்களைப் போன்றே அன்றைய மாலையும் இருந்தது. இருப்பினும், வெளியே சவுரியுடன் சென்று வந்தமையும், அது எனக்குக் கச்சிதமாகப் பொருந்துகிறது என்று பலரும் சொன்னதும் மனதுக்கு ஆறுதலைத் தந்தது.

நோய்க் காலத்தில் இப்படியான சின்னஞ்சிறு மகிழ்ச்சிகளே மனதுக்கு ஆறுதலையும் ஆசுவாசத்தையும் புத்துணர்ச்சியையும் தரும். இவ்வாறான சிறு சிறு மகிழ்ச்சிகளால் நாம் எமக்குத் தேவையான உத்வேகத்தினைப் பெற்றுக்கொள்ளலாம்.

நோர்வேயில் மருத்துவத் துறையினர் நோயாளியைத் தொடர்புகொண்டு உரையாடும் ஓர் நடைமுறை இருக்கிறது. ஒரு நாள் வைத்தியசாலையில் இருந்து அழைத்து உடல்நிலைபற்றி விசாரித்தார்கள். இரண்டு சிகிச்சையின் பின்பும் நான் எவ்வாறு உணர்கிறேன். பக்க விளைவுகள் எவ்வாறு இருக்கின்றன என்பதை அறிந்து எனக்கு அவசியமான உதவிகளைச் செய்வதே அவர்களது நோக்கமாக இருக்கும்.

எனது விரல்களின் நுனியில் இருக்கும் வலி பற்றியும், குமட்டல், வாந்தி, உடல்வலி, தூக்கமின்மை, உடலில் வலுவின்மை, அயர்ச்சி, மன அழுத்தம் என்று அனைத்தையும் விபரமாகச் சொன்னேன். கவனமாகக் குறித்துக்கொண்டார்கள்.

அதன்பின்பு ஒரு நாள் எனது பக்கவிளைவுகளின் காரணமாக எனது சிகிச்சையின் மருந்தை மாற்றப்போவதாக அறிவித்தார்கள்.

இதுபற்றி மச்சாளுடன் உரையாடினேன். அவரும் “ஏன் மருந்துகளை மாற்றுகிறீர்கள்?” என்று மருத்துவர்களைக் கேட்டார்.

தற்போது நான் பாவிக்கும் மருந்துகள் அதிகப் பக்க விளைவுகளைத் தருகின்றன, அவற்றைத் தொடர்ந்து பாவித்தால், நீண்ட காலத்திற்கு நான் பக்க விளைவுகளை அனுபவிக்கும் ஆபத்து உண்டு என்பதால் புதிய மருந்தினைத் தெரிவு செய்திருப்பதாக அவர்கள் தெரிவித்தார்கள்.

நோர்வேயில் பனிக்காலத்தில் சூரிய வெளிச்சம் ஓரிரு மணிநேரங்களே இருக்கும். பங்குனி மாதம் தொடங்கியிருந்தது. பனிக்காலம் முடிந்து முன்வசந்தகாலத்து வெயிலில் சிறிது சூடும் இருக்கும். இது மனதுக்குப் புத்துணர்ச்சியைத் தந்தது.

பங்குனி மூன்றாம் திகதி எனக்கு மூன்றாவது சிகிச்சை புதிய மருந்துடன் ஆரம்பமாயிற்று. அன்றும் வைத்தியசாலைக்குச் சென்று வீடு வந்தபோது நாலைந்து மணிநேரங்கள் கடந்திருந்தன. களைத்துவிட்டிருந்தேன்.

எனக்குப் பூக்களில் அதீத விருப்பம் உண்டு. ஒவ்வொரு வருடமும் வசந்தகாலத்தில் பூக்களை வீட்டினுள் பதியம்வைத்து வளர்த்து வைகாசி, ஆனி மாதங்களில் வெளியில் நடுவதுண்டு.

நான் மிகவும் அயர்ச்சியாகவும் அசாதாரணமாகவும் இருப்பதனால், எனக்கு உதவவென வைத்தியப் பிரிவின் ஊடாக அனுப்பப்பட்ட நபரிடம் "நான் வீட்டினுள் பதியம் வைப்பதற்கு உதவ முடியுமா?" என்று கேட்டேன். அவரும் மகிழ்ச்சியுடன் உதவினார். செழியனும் இந்த நாட்களில் எனக்குப் பூங்கன்றுகள் வாங்கி வருவார். இவர்களுடன் இணைந்து எனக்குப் பிடித்தமான பூக்கன்று வளர்ப்பில் ஈடுபட்டதனால், நோயின் சிந்தனையில் இருந்து தினமும் சற்றேனும் விலகியிருக்க முடிந்தது.

நாட்கள் நகர்ந்துகொண்டிருந்தபோது, ஒரு நாள் மகளுக்கு கோவிட் தொற்று ஏற்பட்டது. வைத்தியசாலைக்கு அதுபற்றி அறிவித்தபோது, உடனடியாக என்னைத் தனித்திருக்குமாறு கேட்டுக்கொண்டார்கள். வீட்டில் அவ்வாறு இருப்பது சாத்தியமில்லை. அக்காவின் வீட்டுக்கு இடம் மாறினேன்.

மறு நாள் அக்கா வேலைக்குச் சென்றிருந்த ஒரு காலை நேரம், அத்தான் ஓர் அறைக்குள் உடற்பயிற்சி செய்துகொண்டிருந்தார். நான் உணவருந்திவிட்டுத் தட்டுடன் எழுந்து சமையலறைக்குள் செல்ல முயன்றபோது, கண்கள் இருண்டு மயக்கம் வந்தது. கையிலிருந்த தட்டுடன் மயங்கி விழுந்தேன். உடற்பயிற்சியில் இருந்த அத்தானுக்குச்

சத்தம் எதுவும் கேட்கவில்லை. சற்று நேரத்தில் நினைவு திரும்பியது. எழுந்துகொள்ள முடியவில்லை. கத்திப் பார்த்தேன். அத்தானுக்கு அப்போதும் எதுவும் கேட்கவில்லை.

சக்தியைத் திரட்டிக்கொண்டு எழுந்து அத்தானுக்கு அறிவித்துவிட்டுக் கட்டிலில் விழுந்தேன்.

அக்காவின் வீட்டில் இருந்த நாட்களில் தூக்கத்திலேயே அதிக நேரம் கழிந்தது. அக்கா அனைத்தையும் செய்துதந்தார். தேநீர்க் கோப்பையையேனும் அவர் தூக்க விடவில்லை. இவ்வாறு எதுவுமே செய்யாது இருந்தமையினால், ஏற்கெனவே வலுவற்றிருந்த உடல் மேலும் பலவீனமானது.

ஐந்து நாட்களின்பின் என்னை வீட்டுக்குச் செல்லலாம் என்றார்கள். இந்த நாட்களில் எனது நெருங்கிய உறவினர்களான பவளம் அன்டி, பாமினி அக்கா, சுகி அக்கா, செழியன், சுபா ஆகியோர் அன்பான உபசரிப்புடன், ஆளையாள் மாறி மாறி எனக்குப் பிடித்தமான உணவுகளையும் செய்து தந்தார்கள்.

மெது மெதுவாக உடலில் தெம்பு ஊறிவருவதை உணர முடிந்தது. உடற்பயிற்சி அவசியம் என்று வலியுறுத்தப்பட்டிருந்தது, தினமும் நடைப் பயிற்சிக்குச் செல்வது வழக்கமாயிற்று.

●

அத்தியாயம்

25

இப்படியான நாட்களில் ஒரு நாள், எமது வீட்டுக்கு அருகில் இருக்கும் பல்பொருள் அங்காடிக்குச் செல்ல மனம் உந்தியது. அங்கு சென்றபோது மனிதர்களும் கடைகளும் பொருட்களும் களைப்புற்றிருந்த மனநிலையைச் சற்றே மாற்றின.. உற்சாகமாகக் கடைகளைப் பார்த்துக்கொண்டிருந்தபோது, ஒரு தமிழ்க் குடும்பத்தினரைச் சந்திக்கும் வாய்ப்புக் கிடைத்தது.

அவர்கள் எனது கதையைக் கேள்விப்பட்டிருந்திருக்கிறார்கள். நோய்பற்றிப் பேச்சு திரும்பியபோது அனைத்தையும் சொன்னேன். எனக்கு முடி கொட்டுப்பட்டிருக்கிறது, இப்போது சவுரி அணிகிறேன் என்று சொன்னபோது, அந்தப் பெண் தானும் இதே நோயினால் பாதிக்கப்பட்டிருந்ததையும் முடிகொட்டியபோது வீட்டுக்கு வெளியே செல்லவே இல்லை என்றும் முடி முளைத்த பின்பே வெளியே வருவதற்கான மனநிலை தனக்கு உருவானது என்றுங் கூறித் தலைமுடியைக் காண்பித்தார். நான் தொட்டுப் பார்த்தேன். எனது மனது 'விஜி, உனக்கும் இப்படித்தான் முளைக்கும்' என்றது. அன்றிரவு வீடு வந்தபின்பும் அவருக்கு முடிவளர்ந்திருந்தமைபற்றி சிந்தித்துக்கொண்டிருந்தேன். நோய்க்கு முன்பிருந்த அளவு முடி வளருவதாயின் அதற்குப் பல ஆண்டுகள் காத்திருக்க வேண்டும் என்பதும் புலனாகியது.

வேறு ஒரு நாள் நடைப் பயிற்சியின்போது சந்தித்த ஒருவர் தனது தாய்க்குப் புற்றுநோய் ஏற்பட்டிருந்தபோது நடைபெற்ற ஒரு சம்பவத்தை மிகுந்த வேதனையுடன் பகிர்ந்துகொண்டார்.

'தங்களின் தாயாருக்குப் புற்றுநோய் என அறிந்ததும் தங்களின் சகோதரிக்குப் பேசிவந்த திருமணத்தை நிறுத்துமாறு சிலர் மணமகனின் வீட்டுக்கு ஆலோசனை சொன்னதால் தனது அக்காவின் திருமணப் பேச்சுக்கள் குழம்பிப்போயின' என்றார் அவர்.

"அம்மாவின் புற்றுநோய்க்கும் அக்காவுக்கும் என்ன சம்பந்தம்?" என்று அவரிடமே கேட்டேன்.

அம்மாவுக்குப் புற்றுநோய் வந்தால் பிள்ளைகளுக்கும் கட்டாயம் புற்றுநோய் வரும் என்ற தவறான புரிதலில் பலர் இருப்பதை அவர் மூலம் அறிந்துகொண்டேன்.

ஒரு நாள் அத்தானும் அக்காவும் புற்றுநோய்க் கருத்தரங்கொன்றில் ஒருவர் உரையாற்றுவதைக் கேட்கச் சொன்னார்கள். புற்றுநோய் பற்றிப் பல விடயங்களை விளக்கிச் சொன்ன வைத்தியர் ஒருவர் "புற்றுநோய் 4 ஆம் கட்டத்தில் இருக்கிறது என்றால் அது மரணத்திற்குச் சமம்" என்னும் தொனியில் உரையாற்றுவதைக் கேட்டதும் என்னால் அதற்கப்பால் கேட்க முடியவில்லை. தொலைபேசியையும் ஹெட்போனையும் (Headphone) கழற்றித் தூர எறிந்தேன்.

எவ்வாறு ஒருவரால் நோயுற்ற மனிதரின் நம்பிக்கையைக் குலைத்து மரண பயத்தை உண்டாக்கும்படி பேச முடிகிறது?

நோயாளியுடன் உரையாடும்போது அல்லது நோயாளிகளுக்குரிய செய்திகளைப் பரிமாறும்போது அவர்களுக்கு நம்பிக்கை தரும் வகையிலேயே உரையாற்ற வேண்டும்.

எனக்குச் செலுத்தப்பட்ட புதிய மருந்துடனான மூன்றாவது சிகிச்சை முடிவடைந்து சில நாட்களின் பின் புற்றுநோய்க்கான சிறப்பு வைத்தியர் ஒருவருடனான சந்திப்பு ஒழுங்கு செய்யப்பட்டிருந்தது. அன்று என்னுடன் மகனும் வந்திருந்தார்.

எனது உடல் இதுவரை ஏற்றப்பட்ட மருந்துகளுக்குச் சிறப்பான முறையில் அனுசரிக்கிறது என்றும் நான் மற்றையவர்களுடன் ஒப்பிடுகையில், குறைவான பக்க விளைவுகளையே அனுபவிப்பதோடு, எனது எடை அதிகரித்திருக்கிறது என்றும், இவையனைத்தும் எனது நோய்த் தாக்கம் குறைவடையத் தொடங்கியிருக்கிறது என்பதையே உறுதிப்படுத்துகிறன என்பதும் வைத்தியரது கருத்தாயிருந்தது. எனது உடல் எடை அதிகரித்திருப்பதால் இனி நான் உடல் எடையை

அதிகரிப்பதற்காகத் தரப்பட்ட சத்து நிறைந்த குடிபானத்தை நிறுத்தும்படியும் அறிவுறுத்தப்பட்டேன்.

நோயுற்றுச் சிகிச்சை பெறத் தொடங்கியபின் எனக்குக் கிடைத்த முதலாவது நல்ல செய்தி இது. நலிந்திருந்த மனதுக்கு இது பெரும் மகிழ்ச்சியைத் தந்தது. வீடு வந்து இந்த மகிழ்ச்சியான செய்தியை மகள், அத்தான், அக்கா, தம்பி, யாழினி, நெருங்கிய உறவுகளுடன் பகிர்ந்தபோது, அனைவரும் மகிழ்ந்தார்கள்.

அன்றைய மாலைப் பொழுதின்போது மனது பல நாட்களின் பின் சற்றே ஆசுவாசமாக இருந்தது. கடந்துபோன நோய்க் காலத்தின் ஆரம்பத்திலிருந்து அன்றைய தினம் வரையிலான அனைத்தையும் நினைத்துப் பார்த்தேன். எத்தனையைத் தாங்கியிருக்கிறேன் என்பதை நினைத்தபோது, எனக்கே என்மீது மலைப்பாக இருந்தது. அன்றிரவு வைத்தியரின் இன்றைய செய்தியை மனதுக்குள் நினைத்தபடியே உறங்கியும் போனேன்.

இந்த நாட்களில் எனக்கான நான்காவது சிகிச்சை நடைபெற்றிருந்தது. சிகிச்சை முடிவடைந்து நான்காம் நாள் மிகவும் களைத்து, உடல் வலுவிழந்திருக்க, சாப்பாட்டு மேசைக்கருகில் அமர்ந்திருந்தபோது திடீரென்று மயக்கமுற்றேன்.

கணவர் அக்காவுக்கு அவசரமாகத் தொலைபேசியில் செய்தியை அறிவித்தார். அக்கா உடனடியாக வந்து இரத்த அழுத்தத்தினை அளந்தபோது அது மிகவும் குறைவாக இருந்திருக்கிறது. என்னால் எழுந்து நிற்க முடியவில்லை. கால்கள் துவண்டிருந்தன. என்னைக் கட்டிலுக்குத் தூக்கிப்போனார்கள். அன்றைய நாள் முழுவதும் தூங்கினேன்.

அன்று இரவும் எனது உடல் பலமிழந்துபோய்க் கிடந்தது. நோய் இன்னும் முற்றாக அழியவில்லையா? மீண்டும் நோய் அதிகரித்ததாலா எனக்கு இப்படிப் பலவீனமாக இருக்கிறது? ஆறு சிகிச்சைகளில் மேலும் இரண்டு சிகிச்சைகள் மீதமிருக்கின்றனவே. அவற்றை எவ்வாறு தாங்கப்போகிறேன் என்று நிம்மதியற்ற கேள்விகளுக்குப் பதில் தேடிக்கொண்டிருந்தேன்.

நான் நோயுற்றதை அறிந்த காலத்தில் என்னுடன் தங்கியிருப்பதற்காக வந்த மகன் நான்காவது சிகிச்சை முடிவடைந்து சில நாட்கள்வரை என்னுடன் தங்கியிருந்துவிட்டுத் தன் வீட்டுக்கு மீண்டும் சென்றார்.

இந்த நாட்களின்போது ஒருநாள் அவர் என்னிடம் வந்துவிட்டுத் தனது வீட்டுக்குச் சென்றதும், அவருக்கு கோவிட் 19 தொற்று உள்ளதாகக் கண்டுபிடிக்கப்பட்டது.

அன்று மாலையே எனக்கும் தொண்டை வலித்தது. அக்காவை அழைத்தேன். அவர் எனக்குக் கோவிட் 19க்கான பரிசோதனையைச் செய்தார். எனக்கும் தொற்று ஏற்பட்டிருப்பது உறுதியானது.

கோவிட் 19இன் தாக்கம் ஏற்கெனவே நலிந்த உடலுடன் இருந்த என்னை மிகவும் பாதித்தது. மரத்தால் விழுந்தவனை மாடேறி மிதித்த நிலை எனக்கு.

வைத்தியசாலைக்கு அறிவித்தபோது கோவிட் 19 தொற்று இருக்கும்போது எனக்கு ஐந்தாவது சிகிச்சையை ஆரம்பிக்க முடியாது என்றும் கோவிட் 19 தாக்கம் குறைவடைந்ததும் தங்களுடன் தொடர்புகொள்ளுமாறு அறிவித்தார்கள்.

●

அத்தியாயம்

26

கோவிட் 19 தாக்கம் உலகையே தனிமைப்படுத்தியிருக்கிறது. நான் நோயின் காரணமாக ஒடுங்கியும் ஒருவிதத் தனிமைப்படுத்தலுக்கும் ஆளாகியிருக்கிறேன். நோய்மையின்போது தனிமையைத் தவிர்ப்பது முக்கியம். இக்காலங்களில் தனிமை மீதமிருக்கும் தன்னம்பிக்கையையும் குலைத்து மன அழுத்தத்திற்கு இட்டுச்செல்லும். இப்போது கோவிட் 19 காரணமாக எனது சிகிச்சையும் பின்போடப்பட்டது.

முடிவே இல்லாது கடந்த ஆறுமாதமாக அல்லாடுகிறேனே, எப்போதுதான் இது முடியுமோவென மனது துவண்டது.

கோவிட்19 தொற்றின் காலம் முடிவடைந்தபின் வைத்தியசாலையுடன் தொடர்புகொண்டபோது, ஐந்தாவது சிகிச்சைக்கான திகதியை உறுதிசெய்தார்கள்.

சிகிச்சைக்கான நாள் நெருங்கிக்கொண்டிருந்தது.

புற்றுநோயில் பல நூறு வகைகள் உள்ளன. ஒவ்வொன்றும் ஒவ்வொரு விதம். மார்பகப் புற்றுநோயில் மட்டும் பல வகைகள் இருக்கின்றன.

மனித உடல் கலங்கள் பிளவடைவதால் வளருவதுபோன்று, புற்றுநோய்க் கலங்களும் பிளவடைந்தே வளரும். புற்றுநோயைத் தடுக்க வேண்டுமாயின் இக்கலங்களின் வளர்ச்சியைத் தடுக்க வேண்டும். இதற்காகவே கிமோதெரபி சிகிச்சை தரப்படுகிறது. இதற்குப் புற்றுநோய்க் கலங்கள் உட்பட உடலில் வளரும் ஏனைய கலங்களையும் அழிக்கும் தன்மையுண்டு.

நான்காவது சிகிச்சை முடிவடைந்த சில காலங்களில் எனது நகங்கள் அனைத்தும்கறுத்துப்போயின.மனிதர்களின்உடலின்வெளிப்புறத்தில் வளர்வது முடியும் நகமுமே. உடலின் உள்ளே வளரும் எதுவும் எமது கண்களுக்குப் புலனாகாது. எனக்குத் தரப்பட்ட கிமோதெரபி சிகிச்சை எனது உடலில் வளரும் அனைத்தையும் கட்டுப்படுத்தியது. அதற்கு முடி, நகம், புற்றுநோயின் கலங்கள் என்ற வித்தியாசம் இருக்கவில்லை. இதனால் நகங்கள் உயிரிழந்து போயின. கால் நகங்களுக்கு மேலால் தசை வளர்ந்து நகமிருந்த இடங்கள் தூர்ந்துபோயின. இதற்குரிய சிகிச்சையையும் மேற்கொள்ள வேண்டியிருந்தது. ஏறக்குறைய சிறிய சத்திர சிகிச்சையே அது.

எனக்குப் பால்யத் தோழிகள் இருவர் இருக்கிறார்கள். ஒருவர் சித்ரா. நோர்வேயில் வாழ்கிறார். மற்றையவர் நளாயினி, அவுஸ்திரேலியாவில் வாழ்பவர். சித்ராவின் கணவர் இளம் வயதில் புற்றுநோயால் பாதிக்கப்பட்டு இறந்துபோனார்.

சித்ரா இரண்டு வாரங்களும் நளாயினி மூன்று வாரங்களுமாக எனது வீட்டிற்கு வந்து என்னுடன் தங்கியிருந்து, எனக்குத் தேவையான அனைத்தையும் செய்து தந்தார்கள். சோர்ந்திருந்த மனதை ஆறுதல்படுத்தவும் உதவினார்கள். இப்படியான மனங்களையும் வாழ்வில் பெற்றிருக்கிறேன் என்பதை எனது வாழ்வின் பெரும்பேறாக நினைக்கிறேன்.

இருபத்தியோராம் திகதி வைகாசி மாதம் எனக்கு ஐந்தாவது சிகிச்சை தரப்பட்டது. காலையில் வைத்தியசாலைக்குச் செல்லும்போது சற்று உற்சாகமாக இருந்தேன். ஐந்தாவது சிகிச்சை முடிந்தால் மிகுதியிருப்பது ஒரே ஒரு சிகிச்சை மட்டுமே. இரண்டு மாதங்களுக்கிடையில் அனைத்தும் முடிந்துவிடும் என்ற நினைப்பே மனதுக்குக் கிளர்ச்சியைத் தந்தது.

'விஜி, இனிவரும் காலங்களில் வரப்போகும் வலிகளைப் பல்லைக் கடித்துக்கொண்டு தாங்கிவிடு' என்றும், 'இவ்வளவு காலமும் அனுபவிக்காததையா இனி அனுபவிக்கப்போகிறாய்?' என்றும் சொல்லிக்கொண்டேன்.

வசந்த காலத்திற்கான அறிகுறிகள் தெரியத் தொடங்கின. பட்டுப்போயிருந்த மரங்களில் இலைகள் துளிர்த்து உயிர்பெற்றன. குளிர் அகன்று காற்றில் வெம்மை படர்ந்திருந்தது. புறச் சூழலும்

மனதுக்கு உற்சாகம் தந்தது, நாட்களைக் கழிப்பது இலகுவாக இருந்தது. சூரிய வெளிச்சம் மனதுக்கும் உடலுக்கும் புத்துணர்ச்சியைத் தந்தது.

வீட்டுக்கு வெளியே இருந்த கதிரையில் அமர்ந்து வெயில் காய்ந்தபடி எதிர்காலத்தைப் பற்றிச் சிந்தித்துக்கொண்டிருப்பேன். இந்த நாட்களில்தான் தொடர்ச்சியாக ஒரு விடயத்தையும் கவனக் குவிப்புடன் சிந்திக்க முடியாதிருப்பதைக் கண்டுகொண்டேன். இதுபற்றி பின்பொருநாள் புற்றுநோய்ப் பிரிவில் பணிபுரியும் ஒரு தாதியிடம் கேட்டபோது அவர் இப்படிக் கூறினார்.

நோயின் காரணமாகவும் சிகிச்சையின் காரணமாகவும் ஒரு வருடத்திற்குப் பின்பும் பக்க விளைவுகளின் தாக்கம் இருக்கும். சிலவேளைகளில் பல ஆண்டுகளின் பின்பும் பக்க விளைவுகள் ஏற்படலாம்.

அதீதமான பக்க விளைவினைத் தருவது களைப்புணர்வு:

இந்தக் களைப்புணர்வு பல வகைப்படும்:

“தொடர்ச்சியான களைப்பு, உற்சாகமின்மை, ஆர்வமின்மை, நரம்பின் தெறிவினை இயக்கம் குறைதல் (*reflex*), நீங்கள் சொல்ல நினைக்காதவற்றைச் சொல்லுதல், உரையாடல்களின்போது உரிய சொற்களைத் தேடுதல், தலைவலி, ஒலி - ஒளிகளின் மீது நுண்ணுணர்வு ஏற்படுதல், ஞாபக மறதி, தலைச்சுற்று, தசை நோவு, இலகுவில் எரிச்சல்படுதல், மன உணர்வுகளில் விரைவாக மாற்றம் ஏற்படுதல், கவனக்குவிப்பில் தடுமாற்றம், பார்வைக் குறைபாடு போன்றவை அவை. இந்தக் களைப்புணர்வுகளைத் தீர்ப்பதற்கான மருந்துகள் இல்லாமையினால் இந்தப் பிரச்சினை உள்ளவர்களுக்கு உதவுவது சிரமாக இருக்கிறது” என்றும் கூறினார்.

அப்போதுதான் புற்றுநோய்க்கான மருந்து ஒரு மனிதனை எத்தனை தூரம் பாதிக்கிறது என்பதையும் அதன் தாற்பரியத்தையும் உணர்ந்துகொண்டேன். இதை வாசிக்கும் நீங்கள் புற்றுநோயினால் பாதிக்கப்பட்டவராக இருந்து இந்த உணர்வுகளால் பீடிக்கப்பட்டிருந்தால் உங்கள் குடும்பத்தவர்களிடம், நண்பர்களிடம், சுற்றத்தாரிடம் தயங்காது இதுபற்றிக் கூறுங்கள். ஏனெனில் இப்படியான பாதிப்புக்கள் இருக்கும் என்பதை எவராலும் இலகுவில்

அறிந்துகொள்ள முடிவதில்லை. வைத்தியரிடமும் மருத்துவத் தாதியிடமும் இவைபற்றி உரையாடுவது நோயின் தாக்கங்கள்பற்றிய புரிதலைத் தரும்.

ஐந்தாவது சிகிச்சை முடிவடைந்ததும், இன்னும் ஒரே ஒரு சிகிச்சை மட்டுமே இருக்கிறது. இதன்பின் இந்தக் கொடுமையான வாழ்வு ஒரு முடிவுக்கு வந்துவிடும் என்னும் உணர்வு புத்துணர்ச்சியைத் தந்ததால் ஐந்தாவது சிகிச்சையின் பக்க விளைவுகளை முன்னைய நாட்களைவிட இலகுவாகக் கடந்துபோக முடிந்தது.

●

அத்தியாயம்

27

பன்னிரெண்டாம் திகதி வைகாசி மாதம் எனது வாழ்வின் மறக்க முடியாத தினமாக மாறிவிட்டது. எனக்கான இறுதிச் சிகிச்சைக்கான நாள். மனம் முழுவதும் பெரும் உணர்ச்சிக் கொந்தளிப்பு. சிறைச் சாலையிலிருந்து விடுதலையாகும் கைதியின் மனநிலை அது.

அன்று இரவே மறுநாள் என்ன செய்ய வேண்டும் என்பதைத் திட்டமிட்டுத் தாதியர்கள் அனைவருக்கும் பூச்செண்டு கொடுத்து நன்றி செலுத்துவதற்கான ஆயத்தங்களைச் செய்திருந்தேன்.

மறுநாள் காலை எழுந்தபோது புதியதோர் வாழ்க்கையினுள் காலடிவைப்பது போன்ற உணர்வு. அத்தானும் அக்காவும் என்னை அழைத்துப்போனார்கள். தாதியர்களின் முன்நின்று அவர்களின் அற்புதமான சேவைக்கு நன்றி கூறியபோது குரல் தழுதழுத்தது, வார்த்தைகள் தடுமாறின. கடந்துவிட்ட காலத்தில் தாதியர்களின் கனிவான ஆதரவான வார்த்தைகள், கவனிப்பு, அறிவுரைகள் என்று நான் பெற்றுக்கொண்டவை ஏராளம். அவர்களுக்குப் பூச்செண்டுகளை வழங்கிவிட்டு “இனி இங்கு வரமாட்டேன்” என்றபோது, “நீ இனி நோயாளியாக இங்கு வரமாட்டாய். ஆனால், மறக்காமல் சக மனுஷியாய் எங்களிடம் வந்து போ” என்றார்கள். மிகவும் நெகிழ்ச்சியாக அமைந்தது அந்தப் பிரிவுபசாரம்.

எனக்கான ஆறாவது சிகிச்சையைப் பெற்றபடி, அருகே சிகிச்சை பெற்றுக்கொண்டிருந்த ஒரு பெண்ணுடன்

உரையாடிக்கொண்டிருந்தேன். அவருக்கு 2018ஆம் ஆண்டு புற்றுநோய் இருப்பதாகக் கண்டுபிடிக்கப்பட்டு, சிகிச்சையளிக்கப்பட்டது. பின், நான்கு முறை மீண்டும் புற்றுநோய்த் தொற்று ஏற்பட்டதாகவும், தான் பல தடவைகள் சிகிச்சை பெற்றபடியே நம்பிக்கையுடன் காலத்தைக் கடத்துவதாகவும் சொன்னார். அவரின் கதை எனக்கும் மனதுக்குள் பயத்தை மீண்டும் விதைத்தது. எனக்கு மீண்டும் புற்றுநோய் வருமா? நினைத்துப்பார்க்கக்கூட முடியவில்லை. அத்துடன் இன்னும் பல சிகிச்சைகளுக்கு உட்பட வேண்டும் என்பதைக் கற்பனை செய்யவே பயமாக இருந்தது.

அவரின் கைகளை ஆதரவாகப் பற்றி "நலமாவீர்கள்" என்றேன். அவரது கண்களில் 'நம்பிக்கையைக் கண்டேன்' என்று என்னால் நிச்சயமாகச் சொல்ல முடியாது.

வைகாசி 17ஆம் திகதி நோர்வேயின் சுதந்திர தினம். இந்தத் தினத்தில் வேலைசெய்யும் அனைவருக்கும் 200 வீதமான சம்பளம் கிடைக்கும். கடந்த காலங்களில் நான் இந்தத் தினத்தில் வேலை செய்யத் தவறியதே இல்லை. ஆனால், இம்முறை சுகயீன விடுமுறையில் நின்றிருந்தமையினால் குடும்பத்தவருடன் ஒஸ்லோ நகரத்தில் சுதந்திர தினக் கொண்டாட்டம் நடைபெறும் முக்கிய வீதியான கார்ல் யுகான் (*Karl Johans gate*) வீதிக்குச் சென்றிருந்தேன். அன்றைய தினம் மகிழ்ச்சியானதாக அமைந்தது. பல நாட்களின் பின் கொண்டாட்ட மனநிலையில் பலரையும் கண்டது உற்சாகத்தைத் தந்தது.

இறுதிச் சிகிச்சையும் முடிந்துவிட்டிருந்தமையினால் மகிழ்ச்சியாக இருந்தேன். அந்நாட்களில் நடைபெற்ற எமது கழகத்தின் விளையாட்டுப் போட்டியின்போது நடைபெற்ற வலைப்பந்தாட்டப் போட்டியில் சற்று நேரம் விளையாடினேன்.

புற்றுநோய் சிகிச்சை முடிவடைந்து ஒரு மாத காலத்தினுள் வலைப்பந்து விளையாடியவர்கள் இருப்பார்களா என்ற சந்தேகம் எனக்கிருக்கிறது. நான் விளையாடுவதைக் கண்டவர்கள் மிகவும் ஆச்சரியப்பட்டார்கள். அதேவேளை, எனது அக்காவுக்கு நான் விளையாடியதில் உடன்பாடிருக்கவில்லை. உண்மையில் அன்று அதிக நேரம் விளையாடுவதற்கான உடல்நிலை வாய்த்திருந்தாலும் எனது முடி கொட்டியிருந்தமையினால் நான் அணிந்திருந்த சவுரி கழன்று விழுந்துவிடுமோ என்ற அச்சமும் அதனால் ஏற்படக்கூடிய வெட்கம்,

கூச்சம், அவமான எண்ணங்களும் என்னைப் பெரும்பாடு படுத்தின. என்னால் அதிக நேரம் விளையாட முடியவில்லை.

ஒரு பெண்ணுக்குத் தலைமுடி எவ்வளவு தன்னம்பிக்கையைத் தருகிறது என்பதை இந்த நிகழ்வில் இருந்தும் உணர்ந்துகொண்டேன். தலைமுடியை இழந்ததே இந்த நோயினால் என்னை மிகவும் பாதிப்புக்குள்ளாக்கிய விடயம். ஆனால் உயிர்வாழ வேண்டும் என்பதோடு ஒப்பிடுகையில் இது முக்கியமானதல்ல என்பதும் புரிகிறது. ஆனால், நானும் சாதாரண உணர்வுகளைக் கொண்ட பெண்தானே!

இந்த நாட்களில் தினமும் தலைமுடி வளர்ந்திருக்கிறதா என்பதைக் கண்ணாடியில் பார்ப்பேன். இறுதிச் சிகிச்சை முடிவடையும் வரையில் தலைமுடி வளரவேயில்லை. அது மனதுக்குப் பெரும் ஏமாற்றத்தையும் வலியையும் தந்தது. தலையில் முடியில்லாமல் இருந்தது ஒருவித நிர்வாணமான உணர்வினைத் தந்துகொண்டிருந்தமையினால் இரவில் தலைக்கு ஒரு தொப்பியை அணிந்துகொண்டே உறங்கினேன். வீட்டுக்குள் நடமாடும்போதும் தொப்பியை அணிந்துகொண்டேன்.

நாட்கள் விரைவாகக் கடந்துகொண்டிருந்தன.

மூன்று வாரங்களின் பின் வைத்தியசாலையிலிருந்து மீண்டும் எனக்கு அழைப்பு வந்திருந்தது. அப்போதிருந்த மனநிலையை முக்கியப் பரீட்சைக்குச் செல்லும் மாணவியின் மனநிலையுடன் ஒப்பிடலாம். பயம் ஒருபுறம், சித்தியடைய வேண்டும் என்ற ஆசை மறுபுறம், என்ன நடக்குமோ என்ற விறுவிறுப்பு இன்னொரு புறம். மனம் அமைதியின்றி அடித்துக்கொண்டது.

கோவிட் 19 தொற்றுக்கான நடவடிக்கைகளை அரசு அகற்றிவிட்டிருந்தது. அக்காவும் ஸ்ரீ அத்தானும் மச்சாளும் என்னுடன் வைத்தியசாலைக்கு வந்தனர்.

பரீட்சைப் பெறுபேற்றுடன் உட்கார்ந்திருக்கும் ஆசிரியரின் முன் நிற்பதுபோல் வைத்தியரின் முன் நானும் அக்காவும் மச்சாளும் அமர்ந்திருந்தோம்.

“விஜித்தா” என்றுவிட்டு அவர் நிறுத்தியபோது, எனக்கு நடுங்கியது. மச்சாளின் கைகளைப் பிடித்துக்கொண்டேன். அவர் தனது கைகளால் எனது கைகளைப் பற்றிக்கொண்டார்.

"உங்கள் உடலில் இருந்து அனைத்துப் புற்றுநோய்க் கலங்களும் அழிந்துவிட்டன. வாழ்த்துக்கள். நீங்கள் இனி சுகமாகச் சகஜமான நாளாந்த வாழ்க்கையை வாழலாம்."

எனக்கு மகிழ்ச்சியில் தொண்டையடைத்து அழுகை வந்தாலும் உள்ளேயிருந்த மனம் "இவர் என்னைப் பரிசோதனை செய்யாமல் எப்படி இவ்வளவு உறுதியாகச் சொல்கிறார்?" என்று கேட்டுக்கொண்டிருந்தது, அதை அவரிடமே கேட்டேன்.

வைத்தியர் புன்னகைத்தார். "நியாயமான கேள்வி. மிகவும் தெளிவாகத்தான் இருக்கிறீர்கள். மிக்க மகிழ்ச்சி. உங்கள் உடலில் புற்றுநோய்த் தொற்றுக்குள்ளான அனைத்துப் பாகங்களையும் நாம் அகற்றியிருந்தோம். சத்திர சிகிச்சையின் பின் உங்கள் உடலில் எமக்குத் தெரிந்த புற்றுநோய்த் தாக்கத்திற்குள்ளான பகுதிகள் இருக்கவில்லை. ஆனால், எமக்குத் தெரியாமல் புற்றுநோய்க் கலங்கள் இருக்குமானால், அவற்றை அழிக்கவே இந்த ஆறு சிகிச்சைகளும் தரப்பட்டன. உங்களுக்குள் செலுத்தப்பட்ட மருந்து உங்கள் உடலில் புற்றுநோய்க் கலங்கள் இருந்திருந்தால், அவற்றை உறுதியாக அழித்திருக்கும்" என்றார்.

அவரது பதில் சந்தேகத்தினை முழுவதுமாகத் தீர்த்துவிட்டிருந்தது. எனது உடல் பஞ்சு போலாகிக் காற்றில் நடப்பதுபோல் உணர்ந்தேன்.

"நீங்கள் மிகவும் சத்தான உணவுகளை உண்பதும் தொடர்ச்சியாக உடற்பயிற்சி செய்வதும் அவசியம்" என்பதைப் பல முறை வலியுறுத்திவிட்டு, ஏதேனும் உடல் உபாதைகள் ஏற்பட்டால் உடனடியாக எனக்கான குடும்ப மருத்துவரை நாடுமாறு கேட்டுக்கொண்டார்.

அவரது அலுவலகத்திலிருந்து வெளியே வந்தேன். மனம் பலவிதமான உணர்ச்சிகளினால் அதிர்ந்துகொண்டிருந்தது. நெஞ்சு கட்டுப்பாடற்று விம்மியது. கண்ணீர் தன்பாட்டில் வழிந்துகொண்டிருந்தது. உணர்ச்சிகளைக் கட்டுப்படுத்த முடியவில்லை.

மச்சாள் அணைத்துக்கொண்டார். அக்காவும் அணைத்துக்கொண்டார். மூவரும் அழுதோம். அத்தான் அழுகையைக் கட்டுப்படுத்த முயன்றுகொண்டிருப்பதைக் கண்டேன்.

மிகவும் மோசமான நோயை வென்றுவிட்டது போன்றதும் சாதிக்க முடியாத எதையோ சாதித்துவிட்டது போன்றதுமான

பரவசக் கிளர்ச்சியை அடைந்தேன். மரணத்தின் வாசலிலிருந்து மீண்டிருக்கிறேன் என்பதை நம்பவே முடியவில்லை.

கடந்துபோன எட்டு மாதங்களையும் மனது எண்ணிப் பார்த்தது. எத்தனை வேதனை, வலி, துன்பங்களைக் கடந்துகொண்டிருந்தேன். அத்தனையையும் வென்றுவிட எங்கிருந்து எனக்குச் சக்தி கிடைத்தது என்பதை நானறியேன். இயலாத பொழுதுகளைக் கடப்பதற்காகவே இயற்கை மனிதர்களுக்கு பெரும் சக்தியைத் தருகிறதோ என்னவோ?

குழந்தைகளுக்கும் குடும்பத்தவர்களுக்கும் நண்பர்களுக்கும் அறிவித்தேன். அனைவரும் ஏறத்தாழ ஏழெட்டு மாதங்களின் பின் மகிழ்ந்திருப்பதாய் உணர்ந்தேன்.

அன்றிரவு அக்காவுடன் உரையாடிக்கொண்டிருந்தேன்.

"உனக்கு நினைவிருக்கிறதா நாம் அம்மாவிடம் சென்றிருந்தபோது உனக்கு இரத்தம் போனது?" என்றார் அக்கா.

நான் அதனை மறந்துவிட்டிருந்தேன். அக்கா நினைவூட்டியதும் அது நினைவுக்கு வந்தது.

"ம்..."

"அந்த நாட்களில் உனக்கு மென்சஸ் நிற்கப் போகிறது என்று நான் நினைத்தது பிழை. உனக்குக் கர்ப்பப்பையில் கான்சர் வந்திருக்கிறது என்று யார்தான் நினைத்தது?" என்றார் பெருமூச்சுடன்.

நான் அமைதியாக இருந்தேன்.

"உனக்குச் சாப்பாட்டில சரியான விருப்பம். சாப்பிடுறதுக்கெண்டே அம்மாட்ட போற ஆள் நீ. ஆனால், 2021இல் நாங்க போயிருக்கேக்க நீ கனக்கச் சாப்பிடேல்ல."

நான் அதை யோசிக்கவே இல்லை. அக்கா என்னை மிகவும் நுணுக்கமாக அவதானித்திருக்கிறார். அந்நாட்களை மீட்டுப் பார்க்கும்போது அக்கா சொல்வது உண்மை என்பது புரிந்தது.

"அப்பவே நான் உனக்குச் சுகமில்லை என்று ஏன் விளங்கிக்கொள்லேல்ல?" என்று தனக்குத் தானே கேட்டுக்கொண்டார். அவரால் அதை ஏற்றுக்கொள்ள முடியவில்லை. குற்றவுணர்வு அவரை வருத்திக்கொண்டிருந்தது.

"அக்கா, நீ அதை விளங்கியிருந்தாலும் ஒன்றும் செய்திருக்க ஏலாது. ஏனென்டா அதுக்குப் பிறகு நோர்வேக்கு வந்து இரண்டு கிழமைக்குள்ள எல்லாம் தலைகீழாகத்தானே மாறினது!"

அக்கா எதுவும் பேசவில்லை. அவர் அப்படித்தான். நியாயமான வாதங்களை அமைதியாகத்தான் எதிர்கொள்வார்.

●

அத்தியாயம்

28

ஒரு இருண்ட குகைக்குள் அலைந்துகொண்டிருந்தபோது தொலைவில் ஒரு வெளிச்சக்கதிரைக் கண்டது போன்ற உணர்வுடன், மீண்டும் வாழ்வுக்குள் நுழையத் தொடங்கியிருந்தேன். அந்நாட்களில் உணவிலும் உடற்பயிற்சியிலும் அதீதக் கவனம் செலுத்த வேண்டியிருந்தது. உடலும் மனமும் மெது மெதுவாகத் தேறத் தொடங்கின.

நோயுற்ற ஆரம்ப நாட்களில் நான் உடல்ரீதியாகவும் உளரீதியாகவும் பலவீனமாக இருந்ததாலும் அது எனது பெற்றோரை மேலும் துக்கத்திற்குள்ளாக்கும் என்பதாலும் நான் அவர்களுடன் உரையாட விரும்பவில்லை.

அனைத்துச் சிகிச்சைகளும் முடிந்த பின் அவர்களுடன் உரையாடியபோது அழுகையை அடக்க முடியவில்லை. எந்தப் பெற்றோர்தான் குழந்தைகளின் கண்ணீரையும் வேதனைகளையும் தாங்குவார்கள்? அவர்களும் அழுதார்கள். அழுகையைப் போன்று மனதின் கனதியைக் கரைப்பது வேறொன்றும் இல்லையல்லவா?

என்னைக் காண்பவர்களும் என்னைப் பற்றி நண்பர்களிடத்தில் உரையாடியவர்களும் நான் மிகவும் மோசமான நிலையில் இருப்பேன் என்று எதிர்பார்த்ததாகவும், நான் தங்களை ஆச்சரியப்படுத்தியிருக்கிறேன் என்றும் சொன்னார்கள். நோய்க்குப் பின்னான காலத்தையும் நோயின் பக்க விளைவுகளையும்

ஒப்பிட்டால், நான் மிகவும் திடமுடன் இருப்பதாக நண்பர்கள் சொல்லக் கேட்டபோது, மனம் பெருமையை உணர்ந்தது. பலரும் எனது சவுரி எனக்கு மிகவும் அழகாக இருப்பதுபற்றிப் பேசியபோது, கடந்தவை அனைத்தையும் வென்றுவிட்ட உணர்வையே பெற்றேன். எமது விளையாட்டுக் கழகத்தின் விளையாட்டுப் போட்டிகள் நடைபெற்றபோது வழக்கமாக நான்தான் சிற்றுண்டிச்சாலையின் பொறுப்பாளராக இருப்பேன். இந்த முறையும் என்னாலான உதவிகளைச் செய்ய முடிந்தது. பலரும் என்னை அன்பாகத் தாங்கிக்கொண்டார்கள்.

புதிய வாழ்வின் மீதான புத்துணர்ச்சி மனமெங்கும் நிரம்பியிருந்தது. ஒஸ்லோ முருகனின் நேர்த்திக்கடனை நிறைவேற்றுவதற்காகத் திருவிழா நடைபெற்ற பத்து நாட்களும் கோயிலுக்குச் சென்றுவந்தேன். பலரையும் சந்திக்கக் கிடைத்தது. மகிழ்வுடன் அரவணைத்துக்கொண்டோம்.

இக்காலத்தில் முடி வளர்வதற்காக எண்ணெய் வகைகள் வைத்தேன். தலைமுடி சிறிது சிறிதாக முளைக்கத் தொடங்கியிருந்தது. தினமும் அடிக்கடி கண்ணாடியில் பார்த்துக்கொள்வேன். இப்போது வளர்ந்திருக்கும் முடிகள் சுருட்டையாக இருக்கின்றன. எனது வழமையான முடியைப் பெறுவதற்கு இன்னும் ஓரிரு வருடங்கள் காத்திருக்க நேரலாம். அதுபற்றிய கவலை எனக்கு இப்போது இல்லை. இறந்து கறுத்துக் கிடந்த நகங்களும் சிறிது சிறிதாக உயிர்த்தன.

சில மாதங்களுக்கு முன் அடுத்த மணிநேரம் வாழ்வேனோ என்று வாழ்ந்திருந்த நான், இந்நாட்களில் ஒரு நாளையும் வாரத்தையும் மாதத்தையும் திட்டமிட முடிந்தது. உயிர்வாழ்வதன் பெறுமதியை இப்போது நன்கு உணர்ந்திருக்கிறேன். இது எனக்கு மறு ஜென்மம்.

உடலில் புற்றுநோய்க் கலங்கள் மீண்டும் உருவாகுமோ என்ற அச்சத்துடன்தான் வாழவேண்டியிருக்கிறது. இருப்பினும் மீளக் கிடைத்த வாழ்வினில் மகிழ்ச்சியாக இருக்கிறேன்.

ஐப்பசி மாதம் வைத்தியரிடம் இருந்து பரிசோதனைக்கு அழைப்பு வந்திருந்தது. மனதின் ஆழத்தில் உறங்கிக்கொண்டிருந்த பயம் மேலெழுந்து என்னைச் சுற்றிக்கொண்டது. மீண்டும் புற்றுநோய் ஏற்பட்டிருக்கலாமோ என்ற பயத்தில் அமிழ்ந்துபோனேன். பரிசோதனைகள் ஏதுவும் செய்யாமல் இவ்வாறு எண்ணுவது தவறு என்று புரிந்திருந்தாலும் மனது அதைக் கேட்பதாயில்லை.

இதன் காரணமாக அப்பரிசோதனைக்கு எனது குடும்பத்தவர்களை அழைத்துச் செல்ல நான் விரும்பவில்லை. அன்று வைத்தியர் மிகவும் நுணுக்கமான பரிசோதனைகளை மேற்கொண்டார். நான் பயந்தது போன்று எதுவும் இருக்கவில்லை.

இறுதியாக "விஜி, நீங்கள் முற்றிலும் குணமடைந்துவிட்டீர்கள்" என்றார் வைத்தியர்.

அவரிடமிருந்து புறப்பட்டபோது சிறையிலிருந்து விடுபட்ட உணர்வுடன் இருந்தேன். உடலும் மனமும் இறக்கை கட்டிப் பறந்தன.

வாழ்வில் எதிர்ப்படும் கனதியான காலங்களின் பாதிப்புக்களில் விழுந்து மூழ்கிவிடாது அவற்றை எதிர்த்து எழுவதே வாழ்வாகிறது.

புற்றுநோயின் முடிவு மரணமாய்த்தான் இருக்க வேண்டுமென்று எந்த நியதியுமில்லை.

●

மகளின் குறிப்பு
அம்மா: நிச்சயமற்ற காலத்தின் பேரொளி

எவருக்கும் வரக்கூடாத துன்பகரமான நாள் 16, கார்த்திகை, 2021.

அதைப் பற்றிப் பேச வேண்டுமாயின் மூன்று வாரங்கள் பின்னால் செல்லவேண்டும். 23, ஐப்பசி, 2021இல் அம்மா இலங்கைக்குச் சென்றிருந்தார். எங்கள் வாழ்வு மகிழ்ச்சியாக இருந்தது. அன்று தோழர் தோழியர்களை எனது 21ஆவது பிறந்தநாள் விருந்துக்கு அழைத்திருந்தேன். கோவிட்19 கட்டுப்பாடுகள்தளர்த்தப்பட்டிருந்தன. அடுத்துவரும் மாதங்கள் தரப்போகும் கனதியான காலங்களுக்காகவே அன்றைய தினம் மகிழ்வாக இருந்ததோ என்னவோ?

கார்த்திகை 16ஆம் திகதி, நான் எனது உடற்பயிற்சியை முடித்துவிட்டு வீடு வந்து, உணவு உண்பதற்குத் தயாரானேன். அம்மா எமது உணவு மேசையில் காத்திருந்தார். அந்நாட்களில் அம்மாவின் வயிற்றில் ஏதோ கட்டியிருக்கிறது என்பதை மட்டுமே அறிந்திருந்தேன். நான் உண்டு முடிந்தபின் இன்று மருத்துவர்கள் உங்களின் கட்டிகள்பற்றி என்ன சொன்னார்கள் என்று கேட்டேன். அம்மா தடுமாறியபடியே நான் கேட்டதற்கான பதிலைத் தவிர்த்தார். என்னால் ஒரு மகளாக அம்மா தடுமாறுவதையும் கலங்கி நிற்பதையும் உணர முடிந்தது. ஏதோ கடுமையான நோய் என்பதை அந்தக் கணம் உணர்ந்துகொண்டேன். "அவை புற்றுநோய்க் கட்டியா?" என்று கேட்டேன். அம்மா மிகவும் நலிந்த குரலில் "ஓம்" என்றார். நான் அதிர்ந்துபோனேன். வாழ்வு ஒரு கணம் நின்றுபோனது.

புற்றுநோய்க்கு எதிரான வலிமிகுந்த நீண்ட போராட்டத்தின் ஆரம்பம் அது. அந்த நாட்களைப் போன்று நிராதரவாக ஒருபோதும் உணர்ந்ததில்லை. ஒவ்வொரு மணியும், நாளும், வாரங்களும், மாதங்களும் அம்மா கடும் வலியுடன் போராடிக்கொண்டிருந்ததை

அருகிருந்து கண்டேன். அவரது துன்பத்தையும் வலியையும் நோயின் கனதியையும் சற்றேனும் என்னால் குறைக்க முடியவில்லையே என்ற எண்ணம் என்னை மிகவும் பாதித்தது. இருப்பினும் அம்மா தனியே நோயுடன் போராடவில்லை நானும் எங்கள் குடும்பத்தினரும் அவருக்கு உறுதுணையாகவும் ஆறுதலாகவும் இருக்கிறோம் என்பதை அவருக்கு உணர்த்துவது அவசியமாக இருந்தது. இறுதியில் நாங்கள் புற்றுநோயை அம்மாவுடன் இணைந்து வென்றோம்.

இந்தக் கணத்தில் பலரையும் நன்றியுடன் அணைத்துக்கொள்ள வேண்டியிருக்கிறது.

அம்மாவின் தோழிகள் அம்மாவுக்கு அளித்த அன்பும் ஆதரவும் அரவணைப்பும் அவர் நோய்க் காலத்தினைக் கடந்துவருவதற்குப் பெரிதும் உதவியது. எங்கள் குடும்பத்தவர் அம்மாவினதும் எங்களினதும் பயணத்தில் மிகவும் நெருக்கமாக நின்றார்கள். அண்ணாவும் நானும் அதிர்ஷ்டசாலிகள் என்ற உணர்வை அவர்களின் அருகாமை தந்திருக்கிறது. என்றென்றும் அவர்களின் அன்புக்கும் ஆதரவுக்கும் நாம் நன்றியுடையவர்கள்.

நான் எனது நெருங்கிய குடும்பத்தவர்களுக்கு நன்றி கூறும்போது எனது அண்ணாவை மறத்தலாகாது. எந்தக் குழந்தைகளும் அனுபவிக்கக் கூடாத துயரத்தினை நாங்கள் அனுபவித்திருக்கிறோம். மிகுந்த கடினமான நாட்கள் அவை. இருப்பினும் நாங்கள் இருவரும் ஒருவருக்கு ஒருவர் உறுதுணையாக நின்றிருந்தோம். என்னவிருந்தாலும் அண்ணா இன்றி என்னால் இதனைத் தனியே கடந்திருக்க முடியாது. எங்களின் அன்பு அம்மாவை மீட்டது. அம்மா நோயை எவ்வாறு கடந்தார் என்பதை அருகிருந்து கண்டதால், அவரையே எங்கள் வாழ்வில் மிகுந்த திடமுள்ள பெண்ணாகக் கருதுகிறேன்.

இறுதியாக, அம்மாவிற்கானது, எனது மனதிலிருப்பது...

எட்டு மாதங்கள் நீங்கள் உங்களுக்காகப் போராடவில்லை. உங்களின் இரண்டு குழந்தைகளுக்காகவும் போராடினீர்கள். இயலாமை, வலிகள், கண்ணீர் என்று நாம் கடந்தவை ஏராளம். நீங்கள் உடல், உள ரீதியாக மிகப்பெரிய சவால்களைச் சந்தித்தீர்கள். ஆனால் நீங்கள் அவற்றையெல்லாம் சிறப்பாகக் கையாண்டீர்கள். நாம் அறிந்தவர்களில் மிகுந்த உறுதியும் திடசங்கற்பமும் கொண்டவர் நீங்கள்தான். இந்த நூலினூடாக நீங்கள் எமது சமூகத்திற்கு

முன்மாதிரியாகவும் வழிகாட்டியாகவும் மாறியிருக்கிறீர்கள். பலர் உங்களை முன்னுதாரணமாகக் கொள்வார்கள். உங்களைத் தாயாகப் பெற்றமைக்காகப் பெருமைப்படுகிறேன்.

மகனின் குறிப்பு

அம்மா: வழிகாட்டியும் முன்மாதிரியும்

அம்மா கடுமையான நோய்க்குள்ளாகியிருக்கிறார் என்று உணர்ந்த அந்தக் கணத்தின் உணர்வுகள் மறக்கக் கூடியவையல்ல. நான் பணியிடத்தில் நிற்கும்போது வைத்தியசாலையிலிருந்து கிடைத்த அறிக்கையை அம்மா அனுப்பியிருந்தார். அவர் சுகயீனமாக இருப்பதை அறிந்திருந்தேன். கவனமாக அதை வாசித்தேன். அந்த அறிக்கை எனக்குப் புரியாத மருத்துவத் துறைச் சொற்களில் நீளமாக எழுதப்பட்டிருந்தது. இறுதியில் இருந்த 'புற்றுநோய் என்று சந்தேகிக்கிறோம்' என்ற வாசகங்களை வாசித்தபோது எல்லாமுமே நின்றுபோயின.

இயலாமை நிறைந்த, எதுவும் நிச்சயமற்றகாலத்தின் ஆரம்பமாக இருந்தது அது. என்னால் அம்மாவின் நோயைக் குணப்படுத்த முடியாது, ஆனால், அவர் நோயை வெல்வதற்கு உறுதுணையாக நான் இருக்க வேண்டும் என்பதைப் புரிந்துகொண்டேன். இந்தச் சவாலான காலத்தினை வென்றுவிட வேண்டும் என்ற - மன உந்துதலும் எனக்கு உருவாகியிருந்தது. அதன்பின்தான் நின்றுபோனதாய் உணர்ந்த உலகம் அசையத் தொடங்கியது.

சொற்களில் பயங்கரமானது புற்றுநோய். எங்கள் சமூகத்தில் இந்தச் சொல்லை வாழ்வின் இறுதிக் காலம் என்போரே அதிகம். இந்நோயை அருகுணரும்வரையில் எனக்குப் புற்றுநோய்பற்றி எதுவும் தெரிந்திருக்கவில்லை. இதுபற்றித் தேவையான அறிவினைப் பெற்று நோயின் தன்மை, என்ன நடக்கும் என்பவைபற்றி அறிந்து எனது எதிர்பார்ப்புகளை நிர்ணயிக்க வேண்டியிருந்தது. அதிர்ஷ்டவசமாக எனக்கருகில் பல வைத்தியத்துறை நிபுணர்கள் இருந்தார்கள். நான் இணையத்தில் தரவுகளைத் தேடுவதைத் தவிர்த்தேன்.

எனக்கு அறிவுரை சொல்லக்கூடியவர்களைத் தொலைபேசியில் அழைக்கும் நெருக்கம் இருந்தது. எனது வாழ்வின் பெரும் கொடுப்பினையாக என்னைச் சுற்றியிருக்கும் மனிதர்களையே நினைக்கிறேன். இதனையும் அம்மாவின் அருகே நாட்கள், வாரங்கள், மாதங்களாக அவர்கள் காண்பித்த அன்பின் ஊடாகவே கண்டுகொண்டேன். என்றும் மறக்க முடியாத அன்பு அது.

இறுதியாக அம்மாவுக்குச் சொல்ல வேண்டியவை சிலவுண்டு.

ஒரு சில வாரங்களில் உங்களின் வாழ்வு தலைகீழாகப் புரண்டுபோனது. உங்களின் போராட்டம் நோயுடன் மட்டுமானதாக இருக்கவில்லை. எமது சமூகத்தின் பிற்போக்குத் தன்மைகள், தனிமை, உங்களின் அடையாளத்தினை நிலைநிறுத்த என்று நீங்கள் ஒரே நேரத்தில் பலவற்றுடன் போராட வேண்டியிருந்தது. நீங்கள் கடந்தவற்றை எவரும் அனுபவிக்கக் கூடாது. நோயிலிருந்து நீங்கள் மீண்டிருக்கும் இக்காலம் உங்களுக்குப் புதிய உலகத்தினைத் திறந்திருக்கிறது. உங்களின் கதை பல கட்டுடைப்புக்களை நிகழ்த்துவதுடன் நோயுற்ற ஒருவரின் வாழ்வின்மீது நம்பிக்கையையும் ஒளியையும் பாய்ச்சுவது மட்டுமல்ல அது அவர்களின் வாழ்வினை இலகுவாக்குகிறது.

நோயினைக் கடந்துவந்த உங்களைப் பார்த்து நம்பிக்கையும் ஊக்கமும் பெறுகிறேன். உங்களின் பலம் என்னுடன் எப்போதுமிருக்கும். வழிகாட்டுதற்கும் உங்களைத் தாயாக பெற்றிருப்பதற்கும் பெருமைப்படுகிறேன்.

பின்னுரை

மனிதர்களின் கதைகள் எனக்கு விருப்பமானவையாய் இருந்திருக்கின்றன. ஏறத்தாழ இருபது வருடங்களாக மனதுக்கு நெருக்கமான அனைத்தைப் பற்றியும் அபுனைவாக எழுதிவந்திருக்கிறேன். இதன் காரணமாகக் கிடைத்த அன்பான மனிதர்களுக்கு எண்ணிக்கையேயில்லை.

வாழ்வின் பெரும் வலிகளைக் கடந்தபோதெல்லாம் பல மனிதர்களின் தோளில் அழுது சாய்ந்திருக்கிறேன். இதேபோல் எனது தோளில் சாய்ந்தழுது ஓய்ந்து உரையாடி ஆறிய மனிதர்களும் உண்டு. வாழ்வு பகிர்வதற்கானது என்ற எண்ணத்தை இந்த அனுபவங்கள் அளித்தன.

'சந்தியோகோ டீ கொம்பொஸ்தெல்லா'வுக்கான (*Santigo de Compostela*) 850 கி.மீ. நீளமான மூன்று யாத்திரைகளின்போதும் சந்தித்த மனிதர்கள் தந்த வாழ்வனுபவம் எனது வாழ்வின் உச்சம் என்று நினைத்திருந்தேன்.

ஆனால், கடந்த ஐப்பசி மாத இறுதியில் மகா "சஞ்சயன், எனது தோழி தனது புற்றுநோய்க் கதையை எழுத விரும்புகிறார். உங்களால் அதனை எழுத முடியுமா?" என்றபோது, அது எவ்வளவு கனதியான வேலை என்று புரிந்துகொள்ளாது "சரி, எழுதுகிறேன்" என்றேன்.

நான் ததும்பும் உணர்ச்சிகளாலான மனிதன். பொய் எனக்குப் பெரும் விரோதி. நேருக்கு நேர் பேசும் குணம் தேவைக்கு அதிகமாக இருக்கிறது. இதனால் நான் பட்ட அவமானங்களும் துன்பங்களும் தோல்விகளும் கிடைத்த விரோதங்களும் அளவில்லாதவை. இதிலிருந்து மீண்டு தந்திரோபாயமான, புத்திசாலித்தனமான நகர்வுகளைக் கொண்டவனாக மாற வேண்டும் என்றும் முயன்று தோற்றுக்கொண்டிருப்பவன்.

எனவே, இந்த மனிதரின் கதையைக் கேட்கும்போது உணர்ச்சிவசப்படக் கூடாது, கதையை மனதுக்கு வெளியே நிறுத்திவைக்க வேண்டும் எனது வேலை அவரது கதையை எழுத்தாக்குவது மட்டுமே என்று நினைத்திருந்தேன்.

அடுத்துவந்த மூன்று வாரங்களுக்குள் ஐந்தாறு மாலைப் பொழுதுகள், குறைந்தது இருபத்தைந்து மணிநேரங்கள் சந்தித்து உரையாடினோம்.

ஒருவர் தனது கதையை மனம் திறந்து பிறருக்குச் சொல்வது மனதின் ஆழத்தில் படிந்துவிட்டிருக்கும் வலியை வெளியே கடத்தும் கலை. துன்பத்தையும் வலியையும் நிராகரிப்பையும் பழிவாங்கலையும் மனம் திறந்து எழுதி அல்லது பேசிப் பார்க்க வேண்டும். அதன் கனதி மெது மெதுவாக அகன்று மனம் ஆறுதலடைவதுடன் வலுப்பெறுவதையும் உணர முடியும். நானும் இதனை அனுபவித்து உணர்ந்திருக்கிறேன்.

ஆரம்பத்தில் தன் கதையை அழுதழுது சொன்ன விஜித்தா ஓரிரு நாட்களில் அழாமல் கதைசொல்லிக் கொண்டிருந்தார். அவருக்கே அது ஆச்சரியமாக இருந்தது.

நான் வலிமிகுந்த பல கதைகளைக் கேட்டிருக்கிறேன். அவற்றில் நம்பமுடியாதளவு சோகமும் துரோகமும் வலியும் கொண்ட கதைகளும் உண்டு.

அவையனைத்தையும் இந்தக் கதையின் நாயகியான விஜித்தாவின் ஒன்பது மாதப் புற்றுநோய் அனுபவம் அடித்துப் போடுகிறது. அத்தனை பாடுபட்டிருக்கிறார். நோய் அவரது உடலையும் உளவளத்தையும் ஈவிரக்கமின்றி உருக்கிவிட்டிருக்கிறது. தனது மீண்டெழும் காலத்தைச் சிறு குழந்தை தட்டுத் தடுமாறி நடக்கத் தொடங்குவது போன்று ஒவ்வொரு காலடியையும் மெதுவாகவும் அவதானத்துடனும் வைத்து நகர்ந்துகொண்டிருக்கிறார்.

மரணத்தின் வாசலைத் தொட்டுணர்ந்த காலத்தை அவர் பேசியபொழுதுகளில் அழுதார், வார்த்தைகள் தொண்டைக்குள் சிக்கிக்கொண்டு தடுமாறின. அழுவதென்பது ஒரு வடிகால் என்பதைக் காலம் அவருக்குக் கற்றுத் தந்திருக்கிறது. அவர் அழுதபடியே கதைசொன்னபோது கல்போல் இறுகிய மனதுடன் இருக்க முடியாது போனது. மூவரும் கண் கலங்கியிருந்த கணங்களும் இருந்தன. ஒரு ஆணாக இரண்டு பெண்களின் முன் கண்கலங்கி நிற்கும் அனுபவம் அப்படியொன்றும் அலாதியானதல்ல.

கதையை மனதுக்குள் உள்ளெடுத்து உணர்ச்சிவசப்படக் கூடாது என்ற தீர்மானங்கள் தகர்ந்து தவிடுபொடியாகின. ஒரு நோயாளியின் வலியை இத்தனை உணர்வுபூர்வமாக முன்னெப்போதும் உணர்ந்ததில்லை நான். ஒரு மனிதனைச் சுக்கு நூறாக உடைத்துப்போடக் கூடியது நோய்மை என்பதை இந்தக் கதையின் ஊடாகப் புரிந்துகொண்டேன்.

நாங்கள் உரையாடியபோது எடுத்துக்கொண்ட குறிப்புக்களைத் தனித்திருந்து எழுதும்போது அவரது உலகினுள் என்னைப் பொருத்திப் பார்க்க முடிந்தாலும் மரணத்தினைத் தொட்டுணர்ந்த அவரது நாட்களுக்குள் என்னை முழுவதுமாகப் பொருத்திப் பார்க்கவே முடியவில்லை.

பெண்களுக்குத் தங்களின் தலைமுடியில் எப்போதும் கர்வம் இருக்கும் என்பதை அறிவேன். நோய் தந்த வலிகளைவிடத் தனது தலைமுடியை இழந்ததே பெரும் துன்பம் என்று அவர் அரற்றி அழுதபடி சொல்லிக்கொண்டிருந்தபோதுதான் அதன் தாற்பரியமும் புரிய ஆரம்பித்தது.

விஜித்தா நோய்பற்றிக் கூறிய அனைத்தையும் நான் எழுதவில்லை. எழுதிய சிலவற்றை அவரின் விருப்பத்திற்கிணங்க நீக்கியுமிருக்கிறேன். நோய்மையிலும் பகிர முடியாத, சங்கடமான பல விடயங்கள் இருக்கத்தான் செய்கின்றன.

நோய்மையுற்ற பலரும் தனிமையை வரித்துக்கொள்கிறார்கள். ஆமை தன்னை உள்ளிழுத்துக்கொள்வதுபோல் அவர்கள் தங்களைத் தனிமையின் உலகினுள் அடைத்துக்கொள்கிறார்கள். ஆனால், விஜித்தா வெளிப்படையாகத் தனது நோயைப் பற்றிப் பேசியிருக்கிறார். இப்போது நூலாகவும் வெளியிட்டிருக்கிறார். அவரது குழந்தைகள் தங்களின் பதிவுகளில் தங்களின் தாய் தமக்கு மட்டுமல்ல சமூகத்திற்கும் முன்மாதிரியாக இருக்கிறார் என்று சொல்லியிருப்பதை நானும் ஆமோதிக்கிறேன். இப்படியானதொரு சமூக நலச் செயற்பாட்டில் என்னையும் பங்காளனாகச் சேர்த்துக்கொண்ட அவருக்கு நன்றிகூறக் கடமைப்பட்டுள்ளேன்.

கதை கேட்ட பின்மாலைப் பொழுதுகளில் அன்று கேட்ட கதையை எழுதி அனுப்புவேன். ஏறத்தாழ நான்கு வாரங்களுக்குள் கதையின் முதற்பிரதி எம்மிடம் இருந்தது.

முதலாவது பிரதியைத் தனக்கு நெருக்கமானவர்களுக்கு விஜித்தா அனுப்பினார். "நன்றாக வந்திருக்கிறது" என்று வாசித்தவர்கள் சொன்னாலும் எப்போதும் படைப்புக்களில் திருப்தியுறாத என் மனம் இன்னும் செம்மைப்படுத்த வேண்டும் என்று உந்தியது.

நானும் சிலருக்கு அனுப்பி அபிப்பிராயம் கேட்டேன். அதிலொருவர் புற்றுநோய்த் துறையில் ஆய்வு செய்த ரஞ்சன் கிறிசாந்தர். தனது பதின்ம வயதுகளில் நோர்வேக்குப் புலம் பெயர்ந்தவர். தமிழ் வாசிக்கத் தெரிந்தாலும் அதில் அதிகம் பரிச்சயம் இல்லாதவர்.

நான் அனுப்பிய மறுநாள் காலை, வெளிநாடொன்றில் இருந்து தொடர்புகொண்டார். அவரது குரல் மிகுந்த உற்சாகமாகவும் பெரும் ஆர்வத்துடனும் இருந்தது, "கட்டாயமாக வர வேண்டிய கதை. என்னைத் தொடர்ந்து வாசிக்கவைத்தது உங்கள் எழுத்து" என்றார்.

இதுவே 'நான் எழுதியது தேறிவிட்டது' என்ற நம்பிக்கையைத் தந்தது. பல தடவைகள் ரஞ்சன் கிறிசாந்தரை உதவிக்கு அணுகியபோது தயங்காமலும் ஆர்வத்துடனும் உதவியிருந்தார்.

இதைத் தவிர, முக்கியமாக மாலினி மாலாவின் (ஜேர்மனி) குறிப்புகள் இந்நூலைச் செம்மைப்படுத்த மிகவும் உதவின. கதையை மிகவும் நுணுக்கமாக அவதானித்துத் தனது கருத்துக்களை அவர் சொல்லியிருந்தார்.

பாலசிங்கம் யோகராஜா (பாஸ்கரன்) (ஒஸ்லோ நோர்வே), பொன்னையா கருணாகரமூர்த்தி (பெர்லின், ஜேர்மனி), வைத்தியர் பஞ்சகல்யாணி செல்லத்துரை (யாழ்ப்பாணம், இலங்கை) ஆகியோரின் பங்களிப்புக்களும் குறிப்பிடத்தக்கவை. விஜித்தாவின் நெருங்கிய உறவினர்களும் தங்களின் கருத்துக்களைப் பகிர்ந்தும் திருத்தங்களுக்கு உதவியும் பங்களிப்பைச் செய்திருக்கிறார்கள்.

நூல் செம்மையாக்கத்தில் உதவிய செந்தூரன் ஈஸ்வரநாதன் (சென்னை, இந்தியா), அலெக்ஸ் பரந்தாமன் (புதுக்குடியிருப்பு, இலங்கை), இளவாலை விஜயேந்திரன் (ஒஸ்லோ, நோர்வே) மற்றும் மிகக் குறுகிய காலத்தினுள் நூலை வடிவமைத்துத் தந்த குமாரவேல் பிரதீபன் (யாழ்ப்பாணம், இலங்கை), பதிப்பித்து, நோர்வேக்கு அனுப்பிவைத்த டிஸ்கவரி வேடியப்பனுக்கும் முன்னட்டையை வடிவமைத்த லார்க் பாஸ்கரனுக்கும் அன்பும் நன்றியும்.

இந்தக் கதை விஜித்தாவினுடையது. கதையை நான் எழுத்தாக்கியிருக்கலாம். ஆனால் இது, சமூகம் சார்ந்த ஒரு கூட்டுமுயற்சி என்பதே உண்மை.

சஞ்சயன்.
30.பங்குனி.2023